சித்

இது ஒரு

மெட்ராஸ் பேப்பர்

தயாரிப்பு

சித்

ஸ்வாமி ஓம்கார்

மெட்ராஸ் பேப்பர்

Title: Sidh
Author's Name: Swami Omkar

Published by MadrasPaper

மெட்ராஸ் பேப்பர்
MadrasPaper
(An imprint of Zero Degree Publishing)
No. 55(7), R Block, 6th Avenue,
Anna Nagar,
Chennai - 600 040

Website: www.madraspaper.com
www.zerodegreepublishing.com
E Mail id: zerodegreepublishing@gmail.com
Phone: 89250 61999

Ezutthu Prachuram First Edition:
ISBN: 978-93-95511-39-1
TITLE NO MP: 7

Cover Design & Layout: Vijayan

பொருளடக்கம்

அருளுரை

சித்தர்கள் பற்றிய புரிதல்கள் நம்மிடயே வெவ்வேறு நிலைகளில் இருக்கிறது. இந்த நூல் சித்தர்கள் யார் என்பதை உங்களுக்கு காட்டும் நூல் என பெருமையாக சொல்ல ஆசை தான். ஆனால் அவர்களின் இருப்பும் உலகமும் மிகப்பெரியது. மழை பெய்யும் நடு இரவில் பெரும் இடியுடன் ஒரு மின்னல் வெட்டும் பொழுது அந்த ஷணத்தில் தெரியும் ஊரின் பிம்பத்தை போல சித்தர்களின் உலகை இந்த நூலின் வாயிலாக உணரலாம். விடிந்த பிறகு நமக்கு அந்த ஊர் முழுமையாக ரசித்தாலும் நடு இரவில் கண்ட காட்சி நினைவில் தங்கி இருக்கும். அதுபோல சித்தர்களின் உலகை உணர்ந்த பின்பு அதற்கு உந்துதலாக இருந்த சித் எனும் இந்த நூல் உங்களின் நினைவில் என்றும் நிலைத்து இருக்கும்.

சித் எனும் தலைப்பை கொடுத்து என்னை மெட்ராஸ் பேப்பரில் எழுத தூண்டியவர் எழுத்தாளர் பா.ராகவன் அவர்கள்.மெட்ராஸ் பேப்பர் இதழில் தொடராக வந்ததை புத்தக வடிவில் கொண்டு வரவும் காரணமானவர்.

சித்தர்களின் அருளாசிகள் அவருக்கு என்றும் உண்டு. மனித உலகுக்கு சித் எனும் நூலை அருளச்செய்த பா.ராகவன் அவர்களுக்கு எனது நன்றிகள்.

அருளுரை என தலைப்பிட்டு முன்னுரை எழுதிக்கொண்டிருக்கிறேன். நான் அருளும் உரையா இது? நிச்சயம் இல்லை.

என்னை எழுதுகோலாக்கி சித்த உலகின் உச்சத்தில் இருக்கும் ஒன்று எழுதியது. அது வழங்கிய அருளே இது.

வாசிக்கும் பொழுது அதன் அருளை ஒவ்வொரு பக்கத்திலும் உங்களால் உணர முடியும்.

என்னில் இருந்து எழுதிய ஆதிநாதருக்கு வணக்கங்கள்.

தியானிக்கும்

ஸ்வாமி ஓம்கார்
swamiomkar@gmail.com

1. சத் சித் ஆனந்தம்..!

சத் என்றால் உண்மை. ஆனந்தம் என்ற வார்த்தைக்கு விளக்கம் அவசியமில்லை. கொழுக்கட்டையின் மையத்தில் இருக்கும் இனிப்புப் பூர்ணத்தை போல அது என நடுவில் சித்?

சித்தம் என்ற தன்மையை உயர் நிலைக்கு எடுத்துச் சென்று, உண்மை என்ற சத் நிலையைத் தங்கள் சித் நிலையுடன் இணைத்து ஆனந்தம் கொள்ளும் வழிமுறையைக் கண்டவர்கள் சித்தர்கள். தானே சித் என்ற நிலையில் இருப்பதால் சித்தன். உடலைக் கடந்த உள் நிலையின் மூலமாக இருக்கும் சித்தத்தில் லயம் கொண்டவர்கள் சித்தர்கள்.

இப்படியெல்லாம் சொன்னால் லேசாகத் தலை சுற்றலாம். உண்மையில் சித்தர்களைப் புரிந்துகொள்வது எளிது. ஒரு குழந்தையைத் தூக்கிக் கொஞ்சுவது போலவே எளிது. ஆனால் இன்னும் தலை நிற்காத குழந்தைக்குப் பின் கழுத்தில் ஒரு கை கொடுத்துத் தாங்கிக்கொள்ள வேண்டும் என்பது தெரிந்திருக்க வேண்டும். அவ்வளவுதான்.

நம்மிடம் ஒரு குணம் உண்டு. புரியாதவற்றை இரண்டு விதமாக அணுகுவோம். ஒன்று, நம் கற்பனைக்கு அப்பாற்பட்ட சக்தி என்று தலைமேல் வைத்துக் கொண்டாடுவது. அல்லது, எல்லாம் ஏமாற்று வேலை என்று காலடியில் போட்டு மிதிப்பது.

இரண்டுமே தேவையில்லை. புரிந்துகொள்ள முயற்சி செய்ய வேண்டும் என்கிற எண்ணம் முக்கியம். முயற்சியில் நேர்மை முக்கியம். சித்தர்களையே எடுத்துக் கொள்ளுங்கள். பொதுவில் உள்ள பிம்பம் என்ன? சித்தர்கள் என்பவர்கள் அதிசயம் செய்பவர்கள் அல்லது மாய வித்தை செய்பவர்கள். இப்படித்தான் பலர் நினைக்கிறார்கள். அவர்கள் என்ன பேசியிருக்கிறார்கள், எதைத் தந்துவிட்டுச் சென்றிருக்கிறார்கள் என்பதில் இருந்து தொடங்க வேண்டும் என்பதைக் கூடச் சிந்திக்க மறந்துவிடுகிறோம். சில சித்தர்கள் கடவுள் வழிபாட்டைக் கோனார் கையேடு போல விளக்குவார்கள். இன்னும் சிலரோ, நட்ட கல்லும் பேசுமோ என வழிபாட்டையே பரிகசிப்பார்கள். இவரும் சித்தர், அவரும் சித்தர் என்றால் எது சித்து? யார் சித்தர்?

மிக மிக எளிமைப்படுத்திச் சொல்வதென்றால், நமது சித்தத்தில் தேங்கியுள்ள அறியாமைக் கழிவுகளை அப்புறப்படுத்தி, தூய்மையாக்க வந்த துப்புறவுப் பணியாளர்கள் அவர்கள். எப்பொழுதெல்லாம் மனித குலம் ஆன்மிக விழிப்பு நிலை இல்லாமல் முடங்குகிறதோ, அப்பொழுது எல்லாம் சித்தர்கள் இங்கே பிறக்கிறார்கள்.

போகிற போக்கில் இதனைப் புரிய வைத்துவிட முடியாது என்பதுதான் பிரச்னை. நமக்குக் கோடிகளில்

புரண்டு வாயில் லிங்கம் எடுப்பவரும் சித்தர்தான், சாக்குத் துணியைக் கட்டிக்கொண்டு வீதியோரம் குப்பைக் கூளங்களின் நடுவே தனக்குத் தானே பேசிக்கொண்டு இருப்பரும் சித்தர்தான். நம்மைப் போல இல்லாத ஒருவரை சித்தர் என்று எளிதில் சொல்லிவிடுகிறோம்.

உண்மையான சித்தர்களை எப்படி இனம் காண்பது?

சித்தர்களைத் தெரிந்துகொள்ள பிட்சாடனர் என்பவரைப் பற்றி முதலில் தெரிந்துகொள்ள வேண்டும்.

தாருகாவனம் என்ற இடத்தில் ஒரு காலத்தில் சில முனிவர்கள் வாழ்ந்து வந்தனர். அவர்கள் வேள்விகள் செய்வார்கள். வேத கர்மங்களில் குறை வைக்க மாட்டார்கள். ஆனால் முழு முதற் கடவுளை மறந்து போனவர்கள். சகலமும் ஆனவனை சடங்குகளில் மட்டும் தேடிக்கொண்டிருந்தவர்கள்.

முழு முதற் கடவுள் அவர்களுக்கு ஞானம் வழங்க மனித உரு எடுத்து வர முடிவு செய்தது. கடவுளின் முடிவு எப்படி இருக்கும்? ஒரு சிறிய தேர்வை உள்ளடக்கியதாகத்தான் எப்போதும் இருக்கும். அது, நிர்வாணக் கோலத்தில் - ஆனால் நம்ப முடியாத பேரழகுடன் தாருகா வனத்துக்கு வந்து சேர்ந்தது. அதுவும் ஒரு பிச்சைக்காரனாக.

நமது முனிவர்கள் அங்கே வழக்கம் போல யாகம் செய்துகொண்டிருந்தார்கள். எதிரே வந்து நின்ற கடவுளைஅவர்களுக்குஅடையாளம்தெரியவில்லை. நிர்வாணக் கோலத்தில் ஒரு மனிதன். ஒருவேளை அசுரனாக இருக்கலாம். மனித உருக் கொண்டு வந்திருக்கலாம் என்று அவர்கள் நினைத்தார்கள்.

கவனியுங்கள். ஒருவேளை மனித உருவில் கடவுள் வந்திருக்கலாம் என்று அவர்களுக்கு ஏன் தோன்றவில்லை? செய்த வேள்விகளும் யாகங்களும் அந்த அறிவை ஏன் தரவில்லை?

அதுதான் அலகிலா விளையாட்டு.

அவர்கள் அந்த நிர்வாண மனிதனை எதிர்த்தார்கள். சண்டை இட்டார்கள். ஆனாலும் அந்த உருவின் பேரழகு அவர்களைக் கட்டிப் போட்டது. சண்டையில் உக்கிரமில்லை. தாக்குதலில் தீவிரமில்லை. என்ன படைப்பு இது! எப்பேர்ப்பட்ட ரூப சௌந்தர்யம் இது! எங்கிருந்து வந்து சேர்ந்தான் இந்த மானிடன்!

முனிவர்கள் மட்டுமல்ல. அவர்களது மனைவி மக்களும் அவனது பேரழகில் சொக்கிப் போனார்கள். ஒரு விதக் காதல்தான் அது. சுய நினைவற்றுப் போகச் செய்கிற கிறக்கம். இது முனிவர்களுக்கு திகிலூட்டியது. இது ஏதடா முதலுக்கே மோசமாகி விடும் போலிருக்கிறதே என்று பதறி, மீண்டும் அவன் மீது உக்கிரமாகத் தாக்குதலைத் தொடங்கினார்கள். வேள்வியில் ஆயுதம் எடுத்து அவன் மீது பிரயோகம் செய்தார்கள்.

ஆனால் அவர்கள் எந்த ஆயுதத்தை எய்தாலும் அந்த மானிடன் அவற்றை ஒன்றும் இல்லாததாக்கினான். அனைத்து ஆயுதங்களும் அவன் வசமாயின.

வேறென்ன செய்யலாம் என்று யோசித்த முனிவர்கள் ஒரு புலியை யாகக் குண்டத்தில் இருந்து பிறப்பித்து எடுத்து அதனை அவன் மீது ஏவினார்கள். அவனோ, அந்தப் புலியின் தோலை உரித்து ஆடையாக்கி அணிந்துகொண்டு புன்னகை செய்தான்.

முனிவர்கள் நாகங்களை ஏவினார்கள். அவன் அவற்றைத் தனது ஆபரணங்களாக்கிக் கொண்டான்.

முனிவர்கள் எவ்வளவு கொடூரமான ஆயுதங்களை எய்தாலும் அவற்றைத் தனது அலங்காரப் பொருள்களாக்கிக் கொள்வதில் அவனுக்கு எந்தச் சிரமமும் இல்லை.

பதறிப் போன முனிவர்கள், மான், மழு, தீ, உடுக்கை என பல்வேறு பொருட்களை யாகத்தில் உருவாக்கி அவன் மீது ஏவினார்கள். ஆனால் அவை அனைத்தும் அவருக்கு அலங்காரமாகி மேலும் அழகூட்டத்தான் செய்தன.

முனிவர்கள் திகைத்துப் போய் நின்றார்கள். நடந்த யுத்தத்தைப் பார்த்துக்கொண்டிருந்த அவர்தம் மனைவிகளுக்கு அந்தப் புதிய, பேரழகன் மீது மேலும் காதல் கூடியது. எப்பேர்ப்பட்ட அழகன்! என்ன ஒரு வீரன்!

இது முனிவர்களைச் சிந்திக்க வைத்தது. நெறி வழுவாத ரிஷி பத்தினிகள் அப்படியெல்லாம் சிந்தை பிறழ்ந்து நடந்துகொள்பவர்கள் இல்லை. ஏதோ நடக்கிறது. ஆனால் என்ன நடக்கிறது?

இப்போது அவர்கள் அந்தப் பேரழகனை உற்றுப் பார்த்தார்கள். அகங்காரத்தை உதிர்த்துவிட்டு அவனை அணுக விரும்பினார்கள். அந்தக் கணத்தில் அவர்களுக்கு உண்மை புரிந்தது.

அட ஆண்டவனே! நீயா இது!

நிர்வாணப் பிச்சைக்காரன் கோலத்தில் வந்தவன் இப்போது அவர்கள் முன் பிரம்மாண்ட இறைவனாகக் காட்சியளித்தார். இவரையே பிட்சாடனர் என்கிறது புராணங்கள்.

நமது சித்தர் மரபில், பிச்சாடனரே முதல் சித்தர். முனிவர்கள் அறியாமையில் இருக்க, அவர்களை

ஞான நிலைக்கு இட்டுச் சென்றவர், சித்த நிலையில் வந்த சிவ பெருமான்.

எல்லாம் சரி. சிவன் இந்த ஆட்டத்தை ஏன் ஆடியிருக்க வேண்டும்? நேரடியாக வந்து போதித்திருந்தால் புரிந்திருக்காதா என்றால், புரிந்திருக்காதுதான்.

அனைத்துக்கும் காரணமானவர் ஏன் பிச்சை கேட்டு வரவேண்டும்?

அவர் பிச்சைகேட்டது நமது அறியாமையை. அதுதானே அவரிடம் இல்லாதது?

பெரும்பாலும் சித்தர்களின் வாழ்க்கையைப் பார்த்தால் அவர்கள் புரட்சிகரமான செயல்களை மட்டுமே காலமெல்லாம் செய்தவர்கள் என விளங்கும். ஆனால் அதைப் புரட்சி என்பதைவிட, நமது அறியாமை மண்டிக் கிடக்கும் பாழ் அடைந்த புத்தியின் மீது புல்டோசரை விட்டுத் தூக்குகிறார்கள். அது நமக்குப் புரட்சியாகத் தெரிகிறது. அறியாமையால் நமது ஆணவம் பெருகி நிற்கும் பொழுது அந்த ஆணவத்தை உடைப்பதால் நமக்கு அவர்களின் செயல் ஏற்றுக்கொள்ளும்படி இல்லை.

ஒரு பேச்சுக்கு இதற்கு பதில் சொல்லுங்கள்.

தாருகா வனத்திற்கு வந்த பிச்சாடனர் போலத் தற்காலத்தில் நாம் வசிக்கும் தெருவுக்குள் ஒருவர் நுழைந்து நமது மனைவி குழந்தைகளை வசமாக்கினால் நம் நிலைமை என்னவாக இருக்கும்?

ஓடிச் சென்று அவர் மீது காவல் துறையில் புகார் கொடுப்போமே தவிர வந்திருப்பவர் மகா சித்தர் என பூஜிக்க நினைக்க மாட்டோம். நமது சித்தம் அப்படி. இக்காலம் அப்படி.

ஆற்றங்கரை ஓரம் அமர்ந்து ஆனந்தத்தில் ஆழ்ந்து இருந்த சித்தரைக் காண வைர வியாபாரியான பெரும் செல்வந்தர் ஒருவர் வந்தார். தட்டில் பழம் பூ என அலங்காரமாக வைத்து அதன் மையத்தில் நெல்லிக்காய் அளவு இரண்டு பெரிய வைரங்கள் வைத்து எடுத்து வந்திருந்தார்.

சித்தர் முன் வைத்து வணங்கி, "சித்தருக்கெல்லாம் சித்தரான உங்களுக்கு உலகின் வைரங்களுக்கு எல்லாம் பெரும் வைரமான இதை காணிக்கையாக்கு கிறேன். என்னை சிஷ்யனாக ஏற்றுக்கொண்டு வழிகாட்டுங்கள்" என்றார்.

கண்கள் மூடி சித்தரை வணங்கிவிட்டுக் கண்களைத் திறந்தார் வைர வியாபாரி. தட்டில் ஒரே ஒரு வைரம் தான் இருந்தது. மற்றொரு வைரத்தைக் காணவில்லை. திகைத்துப் போய், "சித்தரே இதில் இருந்த வைரம் எங்கே?" எனக் கேட்டார். சித்தர் சிரித்தபடி அதோ அந்த ஆற்றில் வீசிவிட்டேன் என்றார்.

என்னது? ஆற்றில் வீசினீர்களா? எங்கே என பதற்றத்துடன் கேட்டார் வைர வியாபாரி.

நிதானமாக இருந்த சித்தர் மற்றொரு வைரத்தை எடுத்து, "இதோ இங்கேதான் வீசினேன்" என அதையும் ஆற்றில் வீசினார்.

வியாபாரியின் சித்தத்தில் வைரம்தான் அனைத்தினும் உயர்ந்தது. அதற்குத் தன்னைப் போலவே அனைவரும் மயங்குவார்கள் என நினைத்திருந்தார். சித்தர் வியாபாரியின் சித்தத்தைத் தொட்டுவிட்டார். சிறுத்தையின் வாயில் சிக்கிய இரையும் சித்தரின் இறையில் சிக்கியவர்களும் தப்பித்த வரலாறு உண்டா?

நமது புலன்கள் ஐந்தும் நுகரும் வெளி நிலை என்பதைப் போல, நுகர்வதை உணரும் இடம் உள்நிலையாகும். பஞ்ச பூதத் தத்துவத்தின் படி ஐந்து புலன் இருப்பதைப் போல உள் நிலையும் ஐந்து நிலையாக இருக்கிறது.

மனம், புத்தி, அகங்காரம், சித்தம் மற்றும் விகாரம் என்பதே அந்த ஐந்து உள்நிலைகளாகும். இதில் சித்தம் என்பதைப் பற்றித் தெரிந்துகொண்டால் சித்தர்கள் என்பவர்கள் யார் என்பதை ஒரு துளியாவது அனுமானிக்க முடியும்.

மனம் என்பது நமது புலன்கள் நுகரும் விஷயங்களைப் பதிவு செய்யும் திரை. புத்தி என்பது முடிவு எடுக்கும் திறன் கொண்ட பகுதி. இதுவா? அதுவா? நன்றா தீதா? என தேர்வு செய்யும் கருவியே புத்தி. அகங்காரம் என்பது, தான் என்ற உணர்வு. மனம், புத்தி மற்றும் அகங்காரச் செயல்பாடுகளால் விளையும் தகவல்களைச் சேர்த்து வைத்து இருக்கும் இடம் சித்தம்.

குழந்தை பிறக்கும் பொழுது அதற்கு மனம் மட்டுமே உண்டு. அந்தக் குழந்தை பிரித்தரியும் உணர்வு வந்தவுடன் அகங்காரம் உருவாகிறது. மனமும் அகங்காரமும் இணைந்து புத்தியை உருவாக்குகின்றன. தான் எனது, அது உனது என்ற தேர்வு செய்யும் நிலையை புத்தி பெறுகிறது. இவை அனைத்தும் கண்டு அனுபவிக்கும் விஷயங்களைப் பதிவு செய்து கட்டமைக்கும் விஷயமாக உருவாகும் உள்நிலை சித்தம்.

சித்தம் உருவானதும் குழந்தை பேச்சுத் திறன் பெறுகிறது. அதுவரை தான் எனது மொழி எனப் புரியாமல் இருந்த குழந்தை வார்த்தைகளைக்

கேட்டுக் கேட்டு சித்ததில் பதிவு செய்து அதிலிருந்து எடுத்துப் பயன்படுத்தும் நிலையைத்தான் 'பேசுகிறது' என்கிறோம்.

நான் ஆண். அவர் பெண். இது எனது கல்வி. நான் இப்படித்தான் சமூகத்தில் நடந்துகொள்ள வேண்டும். இப்படி நமது அடையாளத்தை உருவாக்குகிறோமல்லவா? இது சித்தத்தின் வெளிப்பாடு. இப்படி உருவாகும் சித்தம் சிலருக்கு உருக் குலைந்து போவதையே சித்தம் கலங்கிவிட்டது என்கிறோம். அப்பொழுது அவர்களுக்குத் தான் யார் அல்லது தனது மொழி, கலாசாரம் மற்றும் தேவைகள் மறந்து போகின்றன. சிலர் சித்தம் முற்றிலும் குலைந்து போகாமல் அதில் ஸ்தம்பித்து நிற்பார்கள். அதற்கு சித்த பிரமை என்று பெயர்.

சித்தம் கலங்கிவிட்டது

சித்த பிரமை பிடித்துவிட்டது

எல்லாம் உங்கள் சித்தம்

என சித்தம் ஒரு பெரும் பேசு பொருளாக இருந்தது. இன்று நேற்றல்ல. பன்னெடுங்காலமாக.

இவை என்னுடைய பூஜைகள். இது என் மதம். இவர் என் கடவுள். இவை என்னுடைய வழிபாட்டுக் கொள்கைகள் என அனைத்தும் சித்தத்தில் நிலைபெற்று நம்மை வழிநடத்துகின்றன.

இத்தகைய சித்தத்தின் பிரச்னை ஒன்றுதான். அது மீண்டும் மீண்டும் அங்கேயே சுழன்றுகொண்டிருக்கும். முழுமையான இறைவனை என்றுமே உணராது. நாம் கட்டமைத்ததே கடவுள் என்று எண்ணும். நாம் என்றால் நமக்குச் சொல்லித் தந்தவர்கள். நம் முன்னோர். வழிகாட்டிகள். நம்

அறிவு. எல்லாம் சேர்ந்ததுதான். இந்தச் சித்தத்தின் அடையாளம் நாளடைவில் நமக்கு விலங்காக மாறிவிடுகிறது. விளைவு, அனைத்திலும் முரட்டுத்தனம். மூடத்தனம். நான் பிடித்த முயலுக்கு மூன்று கால்கள் மட்டுமே என்று அறுதியிட்டுக் கூறச் செய்யும் அறிவீனம் வெளிப்படும் தருணம் அதுதான்.

இந்தச் சித்தத்தின் விலங்கை உடைத்து விடுதலையாக்குபர்களே சித்தர்கள்.

நிர்வாண சதகத்தில் ஆதிசங்கரர் கூறுகிறார், 'நான் மனம் புத்தி சித்த அஹங்காரம் அல்ல. நான் சிதானந்த ரூபம். நானே சிவன்.'

இந்த விவகாரத்தை இன்னும் எளிதாகப் புரிந்துகொள்ள ஒரே வழி நமது சித்தர்களை நெருங்கிப் பார்ப்பது மட்டுமே.

பதினெட்டு சித்தர்கள் எனப் பலர் சொல்லிக் கேள்விப்பட்டிருப்போம். உண்மையில் பதினெட்டு சித்தர்கள்தான் இருக்கிறார்களா? ஆதிசங்கரர், ராமானுஜர் இவர்கள் எல்லாம் சித்தர்களா? சித்தர்கள் ஏன் சிவனையும் முருகனையும் மட்டுமே வழிபடுபவர்களாக இருக்கிறார்கள்? பிள்ளையாரை வழிபடும் சித்தர் அல்லது பெருமாளை வழிபடும் சித்தர்கள் ஏன் ஒருவர்கூட இல்லை?

அனைத்துக்கும் மேலாக ஒரு வினா உண்டு. ஏன் நமக்கும் கடவுளுக்கும் இடையே சித்தர்கள் வருகிறார்கள்? எந்த விதத்தில் அவர்கள் நமக்கு அவசியமாகிறார்கள்?

தொடர்ந்து புரிந்துகொள்ள முயற்சி செய்வோம்.

2. உந்தித் தள்ளும் ஒருவர்

ஆன்மிக வாழ்வில் இருப்பவர்களைச் சாமியார், ஞானி, முனிவர், ரிஷி, சித்தர், சாது, யோகி என்று பல்வேறு பெயரிட்டு அழைக்கிறோம். இவர்கள் அனைவரும் ஒரே தன்மை கொண்டவர்களா என்றால் கிடையாது. ஆன்மிக நிலையில் ஒவ்வொன்றும் ஒரு விதம். ஒவ்வொரு விதமும் ஒரு நிலை.

வேதத்தில் இருக்கும் உண்மைகளையும் வாழ்வியல் நீதிகளையும் நமக்கு அளிப்பவர்கள் ரிஷிகள். இறை நிலையை உணர்ந்து இறை ரூபங்களாக வாழ்பவர்கள் ஞானிகள். ஆன்மிக வழியில் தமது தனிப்பட்ட வாழ்க்கை முறையை அமைத்துக்கொண்டு உலக விவகாரங்களில் இருந்து விடுபட்டு வாழ்பவர்கள் முனிவர்கள். யோக வழியில் வாழ்ந்து யோகத்தில் உயர் நிலை கண்டவர்கள் யோகிகள். உலக மக்களுக்கு போதனை செய்து வழிகாட்டும் ஆசிரியர்களாக இருப்பவர்கள் ஆசாரியார்கள்-சுவாமிகள். தன்னை இறைநிலைக்கு அர்ப்பணம் செய்துகொண்டு தன்னை இறைவனின் கருவியாக்கி ஜடம் போல வாழ்பவர்கள் சாது.

ஆன்மிகத் துறையில் இவர்களது பங்கு மகத்தானது. சாதகர்களை வழி நடத்தவும் ஆன்மிக வாழ்க்கைக்குப் புதிதாக வருவோருக்கு முன்னுதாரணமாகவும் நிகழும் வரலாறாகவும் இருக்கிறார்கள்.

ஆனால் இவர்கள் யாரும் சித்தர்கள் அல்லர். அவர்கள் வேறு. மேற்சொன்ன அத்தனைப் பேரிடமும் இருந்து முற்றிலுமாக வேறுபட்டவர்கள் அவர்கள்.

சித்தர்கள் என்பவர்கள் ஒரு வகையில் மேய்ப்பர்கள். புரியும்படிச் சொல்வதென்றால், ஆன்மிகப் பாதையின் விழிப்பு நிலையில் இருப்பவர்களை நடுவில் செலுத்துவதற்கும், தேங்கி, அல்லது பின் தங்கி நிற்போரைப் பின்னால் இருந்து உந்தித் தள்ளி முன் செலுத்துபவர்களாகவும் இருக்கிறார்கள்.

பரவிக் கிடக்கும் மண் துகள்கள் காலத்தால் இறுகிப் பாறைகளாக உறைவதைப் போல மனித மனம் தன்னுள் பரவி நிறைந்திருக்கும் கோட்பாடுகளை உறை நிலைக்கு இட்டுச் சென்றுவிடுகிறது. தனி மனிதனோ அல்லது குழுவோ இத்தகைய உறை நிலைக்குச் சென்றதும், அதைத் தட்டிச் செதுக்கி, வடிவம் தந்து சிலையாக்கும் பணியைச் செய்பவர்களே சித்தர்கள்.

சித்தர்கள் சாதுக்களாகவோ, ரிஷிகளாகவோ இருக்க முடியும். ஆனால் ஞானியோ, ரிஷியோ அனைவரும் சித்தர்கள் எனச் சொல்லிவிட முடியாது. இது சற்றுக் குழப்பம் தரலாம். இல்லை. எளிதுதான். இப்படிப் பாருங்கள்.

காசி நகரத்தில் தசாஸ்வமேத கட்டம் என்ற படித் துறைக்குச் செல்லும் சாலையில் ஆதி சங்கரர் நடந்து செல்கிறார். ஆசாரியாரின் சிஷ்யர்கள் அவரைச் சூழ்ந்து இறைவனின் திரு நாமங்களைப் பாடியபடி ஊர்வலமாக வருகிறார்கள்.

தனது அடியவர்களுக்கு ஆதி சங்கரர், அத்வைத தத்துவங்களை அங்கே வைத்து போதிக்கிறார். அடியவர்கள் கவனமாகக் கற்கிறார்கள். பிறகு படிப்படியாக அதைத் தமது கொள்கையாகவே ஏற்றுக்கொண்டு தம் மனத்தை அதற்கேற்பத் தகவமைத்துக்கொண்டுவிடுகிறார்கள். ஆனால் ஒரு கட்டத்தில், பிறரைவிட நாம் உயர்ந்த நிலையில் இருக்கிறோம் என்ற எண்ணம் அவர்களுக்கு உருவாக ஆரம்பித்துவிடுகிறது. எதுவும் இரண்டல்ல; அனைத்தும் ஒன்றே என்ற நிலைக்கு நாங்கள் சென்றுவிட்டோம். ஆதி சங்கரரிடமே போதனை பெற்றுவிட்டோம். உண்மை துலங்கிவிட்டது. இனி நாங்களும் நீங்களும் எப்படிச் சமம்? நாங்கள் வேறு. உங்களைக் காட்டிலும் பல படிகள் உயர்ந்தவர்கள் என்று அக்கணமே அவர்கள் இரண்டாகிப் போனார்கள்.

பாதைவிட்டு விலகுபவர்களை மீண்டும் வழிப் படுத்துவது சித்தனின் சித்தமல்லவா?

கங்கையில் ஸ்நானம் செய்யச் செல்லும் வழியில் நாய்கள் மற்றும் பன்றிகளுடன் அழுக்குப் படிந்த தோற்றத்தில் எதிரில் நடந்து வந்தார் அவர்.

ஆதி சங்கரரின் சீடர்கள் அவரைப் பார்த்தார்கள். யார் இந்த மனிதன்? இப்படி ஒரு அழுக்கு மூட்டை நம்மை நோக்கி ஏன் வருகிறது?

'புலையனே, விலகிச் செல்!' என்று உத்தரவிட்டார்கள்.

அவர் சிரித்தார். 'எதை விலகச் சொல்லுகிறாய்? என் உடலையையா இல்லை ஆன்மாவையா? நீயும் நானும் வேறு ஜாதியா? இங்கே இரண்டு இருக்கிறதா?'

அடியவர்கள் உணர்வதற்குமுன் ஆசாரியருக்குப் புரிந்துவிட்டது. வந்திருப்பது பிச்சாடனாரின் பிரதியே. எப்பொழுதெல்லாம் மனித குலம் வழி தடுமாறித் தன்னை மறக்கிறதோ அங்கே பிச்சாடன சித்தர்கள் வருகிறார்கள்.

மனீஷா பஞ்சகம் என்ற ஆதி சங்கரரின் அற்புதமானதொரு ஸ்லோகத்தில் முதல் இரண்டு பகுதிகள் புலைய சித்தர் கேட்ட கேள்வியை நீங்கள் இப்போதும் படிக்கலாம். வழி மாறிய அடியவர்களை மீண்டும் அத்வைதப் பாதைக்குத் திருப்பினார். இங்கே ஆதி சங்கரர் ரிஷியாக இருக்கிறார். புலையன் சித்தனாக இருக்கிறார். சித் நிலை என்பது ஆன்மிகத்தில் ஒரு தனித்துவமான நிலை. இது புரிந்துவிட்டால் பிற அனைத்தும் புரிவது எளிது.

ஒன்றைக் கவனியுங்கள். மேற்சொன்ன கதையில், ஆதி சங்கரர் ஆசாரியராக இருக்கிறார். அறிவின் அவதாரமாக இருக்கிறார். தன்னைச் சார்ந்தோருக்கு அத்வைத சித்தாந்தத்தை போதித்து அனுக்கிரகம் செய்கிறார். அவர்களது அறிவைத் துலக்கம் செய்கிறார். ஆனால் அவர் சித்தர் அல்லர். தனது மாணாக்கர்கள் மனத்தளவில் திசை தடுமாறிச் சென்றதை அவர் உணரவில்லை. அதற்கு ஒரு சித்தர் தேவைப்படுகிறார். புலையன் வடிவில் வந்தவரே அச்செயலைச் செய்கிறார். அவர்தான் சித்தர். ஞான பண்டிதரானாலும் ஆதி சங்கரர் சித்தரல்லர்.

சித்தர்கள் தம்மை இனம் காட்டிக்கொள்வதில்லை. எப்போதும் தங்களை ஒரு கருவியாக மட்டுமே அவர்கள் கருதுகிறார்கள். மேய்ப்பது அவர்கள் பணி. வழிகாட்டுவதுஅவர்கள்தருமம். அதைத்தான்அவர்கள் காலம்தோறும் இடைவிடாமல் செய்துகொண்டிருக்கி றார்கள். செய்துவிட்டுப் போய்க்கொண்டே இருந்து

விடுகிறார்கள். நின்று பேசுவதில்லை. தங்களை வெளிப்படுத்திக்கொள்வதும் இல்லை.

ஆதி சங்கரரையும் அவரது திக்விஜயங்களையும் அறிந்த நமக்கு புலையன் வடிவில் வந்த சித்தரின் வந்த வழியோ சென்ற வழியோ தெரியாது. ஆனால் அவர் நிகழ்த்திய செயல், மிக நிச்சயமாக ஒரு நல்விளைவை ஏற்படுத்திவிட்டுப் போகிறது. அச்செயல் நிற்கிறது. நிலைக்கிறது. அவர் தன்னைக் காட்டிக்கொள்வதே இல்லை.

பிட்டுக்கு மண் சுமந்த திருவிளையாடலில் முதுகில் பிரம்படி வாங்கியவர் யாராக இருக்க முடியும்?

செங்கல்லின் மேல் நின்ற விட்டல நாதர் யாராக இருப்பார்?

மாணிக்க வாசகருக்காக நரியைக் குதிரையாக மாற்றியவர் யாராக இருக்கும்?

திருமங்கையாழ்வார் முன் மணமகனாக இருந்தவர் யாராக இருக்கும்?

இவர்கள் எங்கிருந்து வந்தார்கள் எனத் தெரியாது. ஆனால் இவர்களால் நிகழ்ந்ததை யாராலும் மறக்க முடியாது. அதனால் தான் சித்தர்கள் பிறப்பதில்லை என்பார்கள். அவர்கள், தோன்றுகிறார்கள். அவ்வளவுதான்.

> கருடன் உருவம் கருதும் அளவில்
> பருவிடம் தீர்ந்து பயம்கெடு மாபோல்
> குருவின் உருவம் குறித்த அப் போதே
> திரிமலம் தீர்ந்து சிவன்அவன் ஆமே

கருடனின் உருவம் நிழலாகத் தெரியும் பொழுதே சிறிய கோழி எப்படி பயம் கொண்டு பாதுகாப்பான

இடம் அடையுமோ அது போல குருவின் உருவம் நினைவுக்கு வந்தவுடன் நமக்கு மும்மலம் அகன்று தாமே சிவனாக ஆவோம் என்பது மேற்படிப் பாடலின் பொருள்.

வல்லபன் என்பவன் குருகுலத்தில் வாசம் செய்யும் ஒரு பக்தன். குருவின் திருவடியில் பல்வேறு சாத்திரங்களைக் கற்று, சிவ தீட்சை பெற்று தினமும் சிவ லிங்கத்துக்கு நித்ய பூஜை செய்து வந்தான். பக்தி பெருகப் பெருக, சித்தத்தில் தனது சிவ பக்தியே உயர்ந்தது என்ற எண்ணமும், தான் சிவ லிங்கத்தை பக்தியுடன் பூஜிப்பது போல வேறு யாரும் செய்வதில்லை என்றும் நினைக்கத் தொடங்கினான். இது ஆபத்து. புத்தியை மழுங்கடிக்கும் சிந்தனை. மிக நிச்சயமாகத் தேக்க நிலைக்கு சித்தத்தை இட்டுச் சென்றுவிடக் கூடியது.

குரு பார்த்தார். ம்ஹூம். சீடன் சரியில்லை. சித்தத்தில் குரங்கு ஏறி அமர்ந்துவிட்டது. இதைச் சரி செய்தாக வேண்டும்.

அவனை அழைத்து, கோகர்ணம் என்ற இடத்தில் வசிக்கும் ஓர் ஆன்மிகவாதியை தரிசிக்க அனுப்பி வைத்தார்.

தன்னைவிடப் பெரிய பக்தன் யாரும் இல்லை என்று நினைக்கும் நிலைக்கு வந்து விட்ட அந்த சீடன், குரு சொல்லிவிட்டதால் வேறு வழியின்றி கோகர்ணத்துக்குக் கிளம்பினான்.

எங்கெங்கோ அலைந்து திரிந்து வழி கேட்டு விசாரித்துக்கொண்டு குறிப்பிட்ட வனத்துக்குச் சென்று சேர்ந்தான். அங்கே ஒரு பழமையான கோயில் இருந்தது. தான் தேடி வந்த ஆன்மிகவாதி அங்கேதான்

இருக்க வேண்டும் என்று நினைத்து உள்ளே சென்றான். அங்கே அவன் கண்ட காட்சி அவனை அதிர்ச்சியில் உறையச் செய்துவிட்டது.

யாரும் இல்லாத அந்தக் கோவிலின் கருவறையில் கால் நீட்டி படுத்து இருந்தார் அவர். அவரது கால்கள் சிவ லிங்கத்தின்மீது இருந்தன.

ஒரு பக்தன் இப்படிச் செய்வானா? வல்லபனுக்குக் கோபம் உச்சத்தைத் தொட்டது. தன்னை மீறி சத்தம் போட்டான், 'ஐயா, முதலில் காலை எடுங்கள். அது லிங்கம். அதன் புனிதம் தெரியாதா உங்களுக்கு?'

அவர் நிமிர்ந்து கூடப் பார்க்கவில்லை. 'எனக்கு விருப்பமான இடத்தில் நான் கால்களை வைப்பேன். உனக்குப் பிடிக்கவில்லை என்றால் என் காலை நீயே நகர்த்தி வை' என்றார்.

வல்லபன் அவர் கால்கள் இரண்டையும் பிடித்து லிங்கத்தின் மீது இருந்து எடுத்து அருகே நகர்த்தி வைத்தான். இப்போது அவன் மாற்றி வைத்த இடத்தில் ஒரு லிங்கம் தோன்றி, அதன்மீது அவரது கால்கள் இருந்தன.

அதிர்ந்து போனான். சட்டென்று மீண்டும் அவரது கால்களைத் தூக்கி வேறு இடமாக நகர்த்தி வைத்தான். அங்கேயும் ஒரு லிங்கம் தோன்றியது. திரும்பத் திரும்ப அவன் கால்களைத் தூக்குவதும் நகர்த்தி வைப்பதுமாக இருக்க, வைக்கும் இடமெல்லாம் லிங்கங்கள் தோன்றிக்கொண்டே இருந்தன.

ஒரு கட்டத்தில் அந்தப் பெரியவரின் கால்களை வைக்க இடமே இல்லாமல் கருவறை எங்கும் லிங்கங்கள் தோன்றியிருக்க, கதறியபடி அவர் கால்களைத் தூக்கித் தன் தலைமேல் வைத்தான்.

மறுகணம் அவனே ஒரு சிவ லிங்கம் ஆனான்!

தான் வேறு தான் பூஜிக்கும் சிவ லிங்கம் வேறு என்ற அறியாமையில் இருப்போரை, ‘சிவனவன் ஆமே’ என ஆக்குவதே சித்தர்களின் பணி.

அரவை இயந்திரத்தில் தள்ளிப் போகும் தானியத்தை அரவைக் கல்லின் மையத்திற்குத் தள்ளிவிடும் கைகளைப் போன்றவர்கள் சித்தர்கள். அவர்கள் ஒரு தானியத்தையும் வீணாக்க விடுவதில்லை.

ஆன்மிகப் பாதையில் பல தத்துவங்கள் உண்டு. ஞானிகள் யோகிகள் போன்றோரை அவரவர் நம்பும், அவரவர் தேர்ந்து தெளியும் தத்துவங்களின் மூலம் வகைப்படுத்த முடியும். ஆனால் சித்தர்கள் இத்தகைய வரையறைக்கு உட்பட்டவர்கள் அல்லர். சித்தர்கள் சிலர் ஞானியாகவும் யோகியாகவும் இருப்பார்கள். ஆனால் முதன்மையாக அவர்கள் சித்தர்களே.

அறியாமையால் தூங்கும் நம்மைத் தட்டி எழுப்பி இறை நிலையை நோக்கி உந்தித்தள்ளுபவரே சித்தராக இருப்பார். நம்மை விழிப்பு உணர்வு நிலைக்கு எடுத்துச் செல்ல சித்தர்கள் எது வேண்டுமானாலும் செய்வார்கள். எந்த உத்தியை வேண்டுமானாலும் கையாள்வார்கள்.

ஆதி சங்கரருக்குப் புலையனாக வந்ததைப் போல எந்த உருவும் எடுப்பார்கள். எத்தனை கீழ்மையான வேலைகளையும் செய்வார்கள். சித்தர்களின் நோக்கம் ஒன்றே ஒன்று தான். சமூகத்தின் விழிப்புணர்வைத் தூண்டுவது.

சித்தர்களின் பொதுவான வடிவை - தோற்றத்தை வைத்து நாம் எந்த முடிவுக்கும் வர இயலாது. அவர்கள்

காவி உடை அணிவார்கள். ஜாடா முடி இருக்கும். கையில் கமண்டலம் இருக்கும். இன்னும் பலவாக நீங்கள் நினைத்தால் அது போலியான வேடதாரியாக இருந்துவிடவும் வாய்ப்புண்டு. தோற்றமல்ல. அதற்கு மிகவும் அப்பால் கண்டுணர வேண்டியவர்கள் அவர்கள். சூழலுக்கு ஏற்ற வகையில் தம்மை வெளிப்படுத்திக்கொள்பவர்கள் அவர்கள்.

மனித உருவில் மட்டுமல்ல. பூச்சிகளாக, பறவைகளாக, நாய் நரியாகக் கூட அவர்கள் வடிவமெடுப்பார்கள்.

சித்தர்கள் பெரும்பாலும் சிவனையும் முருகனையும் வழிபடுகிறார்கள் என்பது பொதுவான கருத்து. சித்த புருஷனாகப் பல திருவிளையாடல்களை நிகழ்த்தியதால் சிவன் சித்தராகக் கருதப்படுகிறார். முருகரும் பல்வேறு காலக்கட்டத்தில், தேவைக்கேற்ப சித்தராகச் செயல்பட்டிருக்கிறார்.

அளவு கடந்த அறிவால் அவ்வை செயல்பட்டபோது பொழுது சுட்ட பழம் கேட்ட சித்தன் அவன். அவ்வையை விழிப்படையச் செய்தான் அல்லவா?

சித்தர்கள் இறை சொரூபமான பரம்பொருளின் வடிவமாக இருக்கிறார்கள். அவர்கள் வணங்கி வழிபட எதுவும் இல்லை. நாம் சிவனையும் முருகனையும் வழிபட்டுக்கொண்டு இருந்தால் அவர்கள் அதே போல வடிவம் எடுத்து நம்மை ஆட்கொள்ள வருகிறார்கள்.

ஆனால், சித்தர்கள் வழிபாடு-மதம் இரண்டையும் கடந்தவர்கள். அனைத்து கலாசாரத்திலும் சித்த நிலை உண்டு. சூஃபி என இஸ்லாமிலும், ஜென் என பௌத்தத்திலும் இன்னும் பல பெயர்களில் பல்வேறு

சமயங்களிலும் சித்தர்களின் இருப்பும் செயல்பாடும் உண்டு.

விழிப்புணர்வு அடையச் செய்வது தான் வழி என்றால் அதற்கு எதற்கு இத்தனைப் பேர்? ஒருவர் மட்டும் சித்தராக இருந்து அனைவரையும் விழிப்பு நிலைக்குக் கொண்டு செல்லலாம் அல்லவா? ஏன் இத்தனை இத்தனை சித்தர்கள்?

நாம் அனைவரும் ஒரே அளவு அறியாமை நிலையில் இல்லை. அனைவரும் பல்வேறு வடிவில் இருக்கிறோம். பல்வேறு மன அமைப்பு, பல்வேறு படிநிலை அறிவு மற்றும் அறியாமை நிலையில் உள்ளவர்கள். இதனால்தான் நிறைய சித்தர்கள் நமக்குத் தேவைப்படுகிறார்கள். விழிப்படைய வைப்பது அவ்வளவு எளிதான செயல் அல்ல.

பசுக்கள் பலவண்ணம் பாலொரு வண்ணம்
பசுக்களை மேய்க்கின்ற ஆயன் ஒருவண்ணம்
பசுக்களை மேய்க்கின்ற ஆயன்கோல் போடில்
பசுக்கள் தலைவனைப் பற்றி விடாவே.

பசுக்களை மேய்க்கின்ற ஆயன் கோல் போடில் என திருமூலர் சொன்னார். சித்தர்கள் நம்மைக் கால்பந்தாக்கி ஆன்மிக உயர்நிலை என்ற இலக்கை நோக்கி நம்மை உந்தித் தள்ளுகிறார்கள்.

விழிப்புநிலை ஏற்படுத்தும் சித்தர்கள் தனித்துவமானவர்களாக இருந்தாலும் அவர்களுக்கு என ஒரு பாரம்பரியம் உண்டு. வரலாறு உண்டு. இமயம் அவர்களது இருப்பிடம். அங்கே இவர்களுக்கு ஒரு தலைவன் இருக்கிறான். அவனிடம் இருந்து கணக்கைத் தொடங்குவோம்.

૩. நாதர்கள்

காலம் என்ற கடிகாரம் தனது பணிகளைச் செய்யும் பொழுது சித்த புருஷர்கள் அதன் முட்களாக இருக்கிறார்கள். முட்கள் பெரும்பாலும் குழப்பமாகப் புரிந்துகொள்ளப் பட்டாலும் அது இல்லை என்றால் காலம் அடுத்தக் கட்டத்திற்கு நகராது. முள் இல்லாதது கடிகாரமும் ஆகாது.

சித்த நிலை என்பது நமது விழிப்புணர்வைத் தூண்டும் வடிவம் என்பதால் நம்மில் சித்தர்கள் வினை புரியும் பொழுது நாம் இரண்டு நிலைகளுக்குள் சென்று விடுவோம். அறியாமைக்கு முன் - அறியாமைக்குப் பின் என்ற இரண்டு நிலையில் சித்தர்களைக் காண்போம். சித்தர்களை அறியாமையுடனும் அல்லது அறியாமை தெளிந்த நிலையிலும் புரிந்துகொள்ளும் தன்மை நமக்கு அமைவது அரிது. சித்த நிலை என்பது சித்தத்தைக் கடந்த நிலையே ஆகும். சித்தர்களைப் புரிந்து கொள்ள நாமே சித்தர்கள் ஆவது தான் ஒரே வழி.

சித்தர்கள் எங்கிருந்து வருகிறார்கள்? அவர்களுடைய பயிற்சிச் சாலை எங்கே இருக்கிறது? நாமும் அதில் இணைந்து ஒரு டிகிரியோ அல்லது டிப்ளமாவோ வாங்கி கடை நிலை சித்தராகவேனும் ஆகலாமா என நீங்கள் நினைப்பது புரிகிறது. சித்தராகப் போலி வேடம் போடுவது எளிது. ஆனால் சித்தராவது அவ்வளவு எளிதல்ல.

திருவண்ணாமலை பயணத்தில் ஒரு நாள் கிரிவலப் பாதையில் வருண லிங்க தரிசனம் முடிந்து வெளியே வந்தேன். அங்கே காவி உடை, தலை கழுத்து முழுவதும் ருத்திராட்சம், கையில் கமண்டலம், ஜடா முடியுடன் ஒருவர் என்னை அழைத்தார். திருவண்ணாமலை - ஜடாமுடி - ருத்ராட்சம் எல்லாவற்றையும் தொடர்புபடுத்தி நிச்சயம் இவர் சித்தராகத் தான் இருப்பார் என்று நினைத்தேன்.

மூளை முடிவு செய்த தருணத்தில் அவர் கைகளை ஆட்டி என்னை அழைத்தார். மெய் சிலிர்த்து அருகே சென்றேன். எனது கையில் இருந்த நாளிதழைப் பிடுங்கி அதன் ஒரு பகுதியைக் கிழித்துச் சுருட்டிக் கைகளில் வைத்து ''அருணாச்சலா'' என முழங்கி கைகளைத் திறந்து அந்தத் தாளை விரித்துக் காண்பித்தார். நாளிதழின் கிழிந்த பகுதி இப்பொழுது ஐந்நூறு ரூபாயாக மாறி இருந்தது.

ஒரு கணம் ஸ்தம்பித்துப் போனேன். பிறகு சுதாரித்துக்கொண்டு மூளை சிந்திக்கத் தொடங்கியது. என்னைத் தன் வசம் இழுக்க அவர் செய்த மேஜிக் சிறப்பாக இருந்தது. என்னைப் பார்த்து ஆசிர்வதிக்கும் நிலையில் கை தூக்கிய அந்த ரூபாய்ச் சித்தரிடம் சொன்னேன், 'இந்தக் காகிதத்தில் நீங்களே உருவாக்கிய ரூபாய் இது என்றால் நீங்கள்

கள்ள நோட்டு அடித்தவர். இல்லை; எங்கிருந்தோ ஒரு மனிதரின் ரூபாயை இங்கே வரவழைத்தீர்கள் என்றால் நீங்கள் திருடனாக இருக்க வாய்ப்பு உண்டு. ஆக இரண்டும் சட்ட விரோதமே' என்றேன்.

நீ தேற மாட்டாய் என்பது போலப் பார்த்துவிட்டு அந்த ரூபாய்ச் சித்தர் அடுத்தவர்களை அழைத்துத் தனது வித்தையைக் காட்டுவதற்குச் சென்று விட்டார்.

சித்தர்கள் எப்படி ஒரு மனிதனை விழிப்புணர்வு நிலைக்கு இட்டுச் செல்லப் பல சூத்திரங்களை வைத்திருக்கிறார்களோ, அதே போல இப்படியும் சித்தர்கள் போலிகளைக் காட்டி நம்மை விழிப்படையச் செய்வார்கள். இவர்கள் போலிகள் அல்ல, போலிகள் எப்படி இருப்பார்கள் எனக் காட்டுவதற்காக வேடம் பூண்டவர்கள்.

அண்ணல் இருப்பிட மாரும் அறிகிலர்
அண்ணல் இருப்பிடம் ஆய்ந்துகொள் வார்களுக்
கண்ணல் அழிவின்றி உள்ளே அமர்ந்திடும்
அண்ணலைக் காணில் அவனிவ வாகுமே

இது திருமந்திரம் *(766)*

பெரும்பாலும் சித்தர்கள் மலைகளில் வசிப்பார்கள். மலைக் குகையில் வசித்து அங்கே சுயம்பு லிங்கமாக மாறி சமாதி கொள்வார்கள் என நம்பப்படுகிறது. கொல்லி மலை, சதுரகிரி மற்றும் அகஸ்தியர் மலை ஆகியவற்றில்தான் பெரும்பான்மையாக இருப்பார்கள் என நம்புவதற்குக் காரணம் தொலைக்காட்சியிலும் யூ ட்யூபிலும் அடிக் குரலில் யாரோ பேசுகிற சித்தர்களின் அமானுஷ்யம் என்னும் நிகழ்ச்சிகளை நாம் பார்ப்பது தான்.

சித்தர்களின் இருப்பிடத்தை அறிந்துகொள்வோம். உண்மையைச் சொல்லி விடுகிறேன். சித்தர்கள் எங்கே இருக்கிறார்கள் என்றால் இமயத்தில் இருக்கிறார்கள். அவர்களுக்கு என ஒரு கட்டடம் அங்கே உண்டு. அதற்கு சித்திர சபை அல்லது பொன் அம்பலம் என பெயர். எங்கும் வெண் பனி சூழ அவர்கள் வாழ்கிறார்கள்.

சமூகத்தில் அவர்களது இருப்பும் செயல்பாடும் தேவைப்படும் பொழுது இமயத்தில் இருந்து வந்து செல்லுகிறார்கள்.

இமயத்தில் இருப்பவர்களைப் பற்றிச் சொன்னவுடன் புராண சினிமாவில் காண்பிக்கப்படுவதைப் போலப் பனி படந்த மலையில் ஒரு புறம் நாரதர் மறு புறம் நந்தி இருக்க, ஒரு தங்க மண்டபத்தில் சிவனும் பார்வதியும் அமர்ந்திருக்க அவர்களுக்கு அருகே சித்தர்கள் ஜடாமுடியுடன் இருப்பதாகக் கண்முன் வந்து செல்லுகிறதா? அப்படியானால் இந்த கற்பனையை அழித்துவிடுங்கள்.

நாம் முதலில் இருந்து தொடங்குவோம்.

சித்தர்கள் என்ற வார்த்தை நம் வழக்கத்தில் உள்ள பதம். இவர்களுக்கு உண்மையாக இன்னொரு பெயர் இருக்கிறது. நாதர்கள். இது தான் இவர்களது அடைமொழி. பெயருக்குப் பின்னால் நாதர்கள் என இருக்கும்.

இந்தியாவின் வட பகுதியில் சித்தர்கள் என்றால் வீணை போல இருக்கும் சித்தார் வாத்தியம் என நினைப்பார்கள். அவர்களுக்குச் சித்தர் என்றால் யார் என்று தெரியாது. அங்கே நாதன் - நாதர்கள் - நாத் எனப் பல்வேறு விதமாக இவர்கள் அடையாளப்படுத்தப் படுகிறார்கள்.

நாத் என்றால் தலைவன் அல்லது பொறுப்பாளி எனப் பொருள் கொள்ளலாம். தியாகராஜ பாகவதர் காலத்தில் கதாநாயகர்களை நாதா என அழைப்பது உங்களுக்கு நினைவிருக்கலாம். நாத் என்பது நாதா (நாதம்) என்ற வார்த்தையில் இருந்து வருகிறது.

பிரபஞ்சம் தோன்றக் காரணமாக இருப்பது ஒரே ஒரு சப்தம். அது ஓம் என்ற நாதம். ஓம் என்ற ப்ரணவ சப்தத்தின் மூலமே அனைத்தும் உருவாகியது. ஓம் என்ற ஒலியின் உள்ளே அ - உ - ம என்ற மூன்று மூல ஒலிகள் உண்டு. அதுவே படைத்தல், காத்தல் மற்றும் அழித்தலுக்குக் காரணமாகிறது. ஓம் என்ற ஒலியே பஞ்ச பூதங்களாக உருவாயின. அதிலிருந்து அனைத்தும் உருவாயின.

ப்ரணவ ஒலிக்கு எது பொறுப்பாக - காரணமாக இருக்கிறதோ அதுவே நாதா (நாத்) என அழைக்கப்படுகிறது. நாதர்கள் அனைவரும் ஓம் என்ற நாதத்திலிருந்து வந்தவர்களே.

ஓங்காரத் துள்ளே உதித்தஐம் பூதங்கள்
ஓங்காரத் துள்ளே உதித்த சராசரம்
ஓங்கார தீதத்து உயிர்மூன்றும் உற்றன
ஓங்கார சீவ பரசிவ ரூபமே.

என்கிறது திருமந்திரம் (2677).

முதன் முதலில் ஓம் என்ற ஒலியில் இருந்து உருவான நாதர் - ஆதி நாதர்.

ஆதியில் தோன்றியதால் ஆதி நாதர் என்பது காரணப்பெயர்.

இது ஆணும் அல்ல பெண்ணும் அல்ல, உருவும் அல்ல அருவும் அல்ல. அனைத்தையும் கடந்த பராபரம்

என்பதே ஆதி நாதர். அனைத்து சித்தர்களுக்கும் தலைவன். அனைத்து சித்தர்களுக்கும் உள்ளே இயங்கும் கருப்பொருள்.

ஆதி நாதர் தன்னுள் அ-உ-ம என்ற மூன்று ஒலியையும் ஒன்றாக்கி உள்ளே வைத்திருக்கிறார். அ என்ற முதல் ஒலி ம என்ற கடைசி ஒலிக்குப் பிறகு வளைந்து இணையும் பொழுது உ+ம+அ என மாறி உமா என ஒலிக்கும். ஆதி நாதரின் பகுதியாக இடமாறி இருப்பவர் உமா நாதர்.

ஆதி நாதரும் உமா நாதரும் இணைந்து இந்த சித்த உலகின் பொறுப்பாளர்களாக இருக்கிறார்கள். ஆதி நாதரைப் போல உமா நாதரும் வடிவம், குணங்கள் அற்ற பெரு வெளியில் இருக்கிறார்கள்.

நமது பிரபஞ்சத்தில் நமக்குப் புரியாத பரிமாணத்தில் இவர்களின் இருப்பு அமைகிறது. ஆதி நாதர் காலப் பரிமாணத்தின் மூலமாக இருக்கிறார். உமாநாத் வெளி என்ற பரிமாணத்தின் மூலமாக இருக்கிறார்.

மனித அறிவுக்கு எட்டும் பொழுது இவர்களை சிவ சக்தியாக, ஆதி நாராயணன் - லக்ஷ்மியாக, பைரவன் பைரவியாகப் பல்வேறு வடிவங்களில் விவரிக்கிறார்கள். ஆதி உமா நாதர்களை உணரும் ஒருவர் மனித அறிவு நிலைக்கு அப்பாற்பட்டு இருப்பார். அவ்வாறு உணர்ந்ததை மனித நிலைக்கு உட்பட்டவர்களுக்கு விளக்கும் பொழுது அவர்கள் சிவனும் சக்தியும் என்ற நிலையில் புரிந்துகொள்வார்கள்.

நாதர்களுக்கு என்ற ஒரு பரம்பரை உண்டு. அதற்குத் தொடக்கப்புள்ளி இந்த ஆதி நாதரே ஆவார். அதிலிருந்து பல்வேறு பரிமாணங்கள், உலகங்களில் ஆதி நாதரால் பல்லாயிரம் நாதர்கள் உருவானார்கள்.

இன்னும் உருவாகி வருகிறார்கள். ஆதி நாதரும் உமா நாதரும் பூமியில் இந்தியாவின் வடக்கே இருக்கும் இமய மலையில் வாழ்கிறார்களா என்றால் இல்லை. அவர்கள் பிரபஞ்சத்தின் மையத்தில் ஆற்றல் வடிவில் இயங்குகிறார்கள்.

அவர்கள் இருப்பது பிரபஞ்சத்தின் மையத்தில். அவர்களைத் தொடர்பு கொள்ளும் சாதனம் நம்மில் இருப்பது புருவத்தின் மையத்தில். நமது கண்ணில் உள்ள இமைகள் இரண்டுக்கும் நடுவே (மையத்தில்) அவர்களின் இருப்பிடம் உண்டு.

அண்டத்தில் இருப்பது பிண்டத்திலும் இருக்க வேண்டும் அல்லவா?

கண்களுக்கு மையத்தில் இருக்கும் புருவ மையத்திலிருந்து நெற்றிப் பகுதி வரை உள்ள இடத்திற்கு சித்தாகாசம் (சித்த+ ஆகாசம்) எனப் பெயர். இங்கே உங்களை விழிப்படைய வைத்தால் சித்தாகாசத்திலிருக்கும் ஆதி நாதரையும் உமா நாதரையும் காணலாம். நமது சித்தாகாசத்தில் தியானங்கள் செய்து சித்தர்களின் உலகை நம்முள் திறக்கலாம்.

இந்த சித்தாகாசத்தைக் குறிப்பால் உணர்த்தவே நடராஜர் நந்தியின் நெற்றியில் நடனம் ஆடுகிறார் எனக் கூறுகிறார்கள்.

நாதர்களைப் பற்றித் தெரிந்துகொண்டோம். தலைவன் ஆதி நாதர் - தலைவி உமா நாதர் போக இன்னும் ஏழு நாதர்கள் உண்டு. இவர்கள் அனைவரும் சேர்ந்த கூட்டத்திற்கு நவ நாதர்கள் எனப் பெயர்.

சித்த பரம்பரையான நாதர்களின் வரலாற்றைப் புரட்டுவது என்பது நம் அறியாமையைப் புரட்டி, விழிப்படைய வைக்கும்.

4. ஒரு தந்தூரி அடுப்பின் கதை

பேரண்டம் என்பது ஒரு சிலந்தி வலை. தன்னில் இருந்து உமிழ்ந்து சிலந்தி தன்னைச் சுற்றி வலை பின்னி, தானே அதன் மையத்தில் அமர்வதைப் போல இறை நிலை தன்னில் பேரண்டத்தை உருவாக்கி அதன் மையத்தில் இருக்கிறது.

ஆதியில் உருவான இந்த வலையில் சின்ன அதிர்வுகளாக நட்சத்திர, சூரிய மண்டலங்கள் விளங்குகின்றன. அதன் அதிர்வின் பல கோடிக் கூறுகளில் ஒன்றாக நமது வாழும் காலம் அமைகிறது.

பெரும் கடலில் தோன்றும் ஒரு சிறு அலை எப்படிக் கடலின் தன்மையை அறியும்? அது போன்றதே நாம் ஆதி நாதரை அறிந்து கொள்ள முயல்வதும்.

மனித அறிவால் ஆதி நாதரைத் தெரிந்து கொள்ள முயல்வது என்பதை விட, ஆதி நாதரே தன்னை நம்மில் வெளிப்படுத்துவார்.

ஆதி நாதர் என்றதும் ஆண் வடிவில் மனத்தில் எண்ணிப் பார்த்துவிடாதீர்கள். முன்பே சொன்னது

போல, அது அறிவுத் தளம் தீண்டித் தொட இயலாத பெரும் சக்தி. உருவற்றது. ஒரு பேராற்றல். அப்பேராற்றலை உணர நம் அறிவுடன் தான் நாம் போராட வேண்டி இருக்கும்.

ஒரு விதை தன்னுள் காலத்தை வைத்திருக்கிறது. சூழல் அமைந்ததும் விதையின் சக்தி வெளிப்பட்டுத் தாவரமாகிறது. அது போல ஆதி நாதர் காலமாகவும் உமாநாதர் அதன் சக்தியாகவும் இருக்கிறது. விதையாக இருப்பதை ஆணாகவும் வெளிப்படுத்தித் தன்னில் உருவாக்குவதைப் பெண்ணாகவும் பார்ப்பது இயல்பு தானே?

ஆனால், ஆதி நாதர் அனைத்தையும் கடந்து இருக்கிறார். உமா நாதர் ஆதி நாதரை உணர்ந்து அவரது வெளிப்பாடாக இருக்கிறார். ஆதி நாதரைவிட உமாநாதர் நமக்கு நெருக்கமாக இருக்கிறார். நமது உலகிற்கும் ஆதி நாதரின் இருப்புக்கும் பாலமாக இருப்பதே உமா நாதரின் தன்மையாக இருக்கிறது.

குருவிடம் எப்பொழுதும் கேள்வி கேட்டுக்கொண்டே இருக்கும் ஒரு சிஷ்யன். கடவுள் எப்படி இருப்பார் என்ன செய்வார் என எதையாவது கேட்பான். இடைவிடாமல் கேட்பான். அடிப்படையான ஆன்மிகச் செயல்பாடுகளைச் செய்யாமல் கேள்வியை மட்டும் கேட்டுக்கொண்டு இருக்கும் சிஷ்யனைக் கண்டு பொறுமை இழந்தார் குரு. கடவுள் எப்படி இருப்பார் என சிஷ்யன் கேட்டதற்கு அவர் எருமை மாடு போல இருப்பார் எனச் சொன்னார். சிஷ்யனும் எருமை மாட்டை மனத்தில் தியானம் செய்யத் தொடங்கினான்.

ஒருநாள் கோவிலுக்கு அருகே குருவும் சிஷ்யனும் நடந்து சென்றார்கள். கோவிலின் உள்ளே இருந்து

சுவாமியைப் பல்லக்கில் வெளியே தூக்கி வரும் பொழுது சுவாமியின் கிரீடம் வாசலுக்கு மேலே முட்டும் வகையில் உயரமாக இருந்தது. அதைக் கண்ட சிஷ்யன் எருமையின் கொம்பு மேலே முட்டும்; குனிந்து செல்லுங்கள் என்று கத்தினான். குருவின் வழிகாட்டுதலில் அவனுக்குக் கடவுளின் உருவம் எருமையாகவே தெரியத் தொடங்கிவிட்டது.

அறுபது எழுபது வருடங்களுக்கு முன் தமிழ் நாட்டில் இருந்து ஒருவர் இத்தாலிக்குச் சென்றார். அங்கே அவர் பிட்சா உண்கிறார். பிறகு தமிழ்நாட்டுக்குத் திரும்பி வந்து இங்கே வாழ்பவர்களிடம் நான் பிட்சா என்ற உணவை உண்டேன்; அது பார்க்க இந்த வடிவில் இருக்கும்; அதன் மேல் இப்படிக் காய்கறிகள் இருக்கும் என விளக்கினார் என வைத்துக்கொள்வோம். அதைக் கேட்டவர் பெரும்பாலும் காய்கறிகள் போட்ட ஊத்தப்பம் சாப்பிட்டுவிட்டு என்ன என்ன கதைகளைச் சொல்லுகிறார் என்றுதானே நினைப்பார்கள்?

அதுபோல, காலப் பரிமாணங்களை உள்ளடக்கிய ஆதி நாதரைக் கண்டு விட்டு நம் அறிவுக்கு அந்த தரிசனத்தைக் கொண்டு வந்தால் நாம் இதற்கு முன் உருவாக்கிய அறிவின் உருவத்திலேயே தெரிவார். அதனால்தான் ஆதி நாதர் பலருக்குச் சிவனாகத் தெரிகிறார்.

இந்தப் படத்தில் இருப்பவரைப் பாருங்கள். யார் எனச் சொல்ல முடிகிறதா? திரிசூலம், துறவுக் கோலம் மற்றும் தலையில் பிறை சந்திரன். தவிர, புலித் தோலில் அமர்ந்திருக்கிறார். இவரைத் தெரியாதா? இள வயது சிவனை யாரோ வரைந்திருக்கிறார்கள் என்று நினைப்போம். இந்த ஓவியத்தில் இருப்பவர்

கோரக்க நாதர். நமக்குப் பதினெட்டு சித்தர்களில் ஒருவரான கோரக்கர். இதைத்தான் பிட்சாவை ஊத்தப்பமாகப் பார்ப்பது என்கிறேன்.

யுக யுகங்களாக நாதர்கள் தோன்றுகிறார்கள். ஒவ்வொரு காலத்திற்கு ஏற்ப அவர்களின் இருப்பு அவசியமாகிறது. வசிஷ்ட முனிவர், அவரது புதல்வர் வியாசர் பிறகு அவரது புதல்வர் சுக மஹரிஷி என அனைவரும் நாத பாரம்பரியத்தின் வழி வந்தவர்களே ஆவர்.

ஆதி நாதர் அனைத்திலும் இருப்பாக இருக்கிறார். அவரது சக்தி ரூபமாக உமாநாத் இருந்து காலத்தின் அவசியத்திற்கு ஏற்ப நாதர்களை உருவாக்குகிறார்கள். அப்படி உருவாக்கப்படும் நாதர்கள் முன்பே உருவான பிரபஞ்சத்தின் பகுதிகளின் தன்மைக்குத் தொடர்பு கொண்டவர்களாக இருப்பார்கள். சூரியனின் ஆற்றலைப் பிரதிபலிக்கும் ஒரு நாதர், பஞ்ச பூதத் தத்துவத்தைப் பிரதிபலிக்கும் மற்றொரு நாதர் என உமா நாதர் உருவாக்கும் நாதர்களின் தன்மை எதுவும் புதிதல்ல.

ஏழு வகைத் தன்மைகள் கொண்ட நாதர்களை சப்த நாதர்கள் என்பர். இவர்கள் உமா நாதரால் உருவாகப்படுகிறார்கள். இவர்கள் ஏழு தன்மைகளை வெளிப்படுத்தும் நாதர்களாக ஆதி - உமா நாதர்களுடன் இணைந்து நவ நாதர்களாக நிலை பெறுகிறார்கள்.

இவர்கள் பிரபஞ்சத்தின் பல்வேறு பகுதிகளில் உறைகிறார்கள். அவர்களது பிரதிகளாக, சித்தர்கள் பூமியில் தோன்றி மறைகிறார்கள். சப்த ரிஷிகள் என நாம் அழைப்பவர்களுக்கும் இந்த நவ நாதர்களும் வேறு வேறு எனப் புரிந்துகொள்ளுங்கள்.

இவர்கள் அனைவரும் ஆற்றல் வடிவினர். தங்களது ஆற்றலால் உருக் கொண்டு தோன்றி, விழிப்புணர்வைத் தூண்டிவிட்டு மறைகிறார்கள். நாதர்களின் செயல்பாடு இதுதான்.

நவ நாதர்களின் வரிசையைப் பார்ப்போம்.

1. ஆதி நாதர் 2. உமா நாதர் 3. பிரம்ம நாத் 4. மஹா நாத் 5. சூரிய நாத் 6. மங்கள நாத் 7. கணபதி நாத் 8. ஏக நாத் 9. ஓம்கார நாத்.

இவர்கள் அனைவரும் உருவ நிலைக்கு அப்பால் ஆற்றல் நிலையில் இருக்கிறார்கள். இதன் பிரதியாக பூமிக்கு நாதர்கள் வந்து செல்லுகிறார்கள். பூமியின் வரலாற்றில் ஆரம்பம் முதல் இப்பொழுது வரை இவர்கள் வந்து சென்ற சுவடுகள் நிரம்பி இருக்கிறது.

நமது வரலாற்றில் தோன்றிய நாதர்கள் சிலரைப் பார்ப்போம். மச்சீந்திர நாத், கோரக் நாத் எனப் பலரை முன்பே நமக்குத் தெரியும். மேலும் நேரடியாக நாதர்கள் எனத் தெரியாதவர்கள் வியாக்ர பாதர், பதஞ்சலி, காலங்கி எனப் பட்டியல் நீண்டு கொண்டே செல்லும்.

நாதர்கள் என்போர், தொன்மை மிகுந்த ஆன்மிகப் பாரம்பரியம் கொண்டவர்கள் என்பதால், உலகின் அனைத்து மதங்களின் அடித் தளத்திலும், ஆன்மிக மரபிலும் இவர்களது தாக்கம் இருக்கிறது.

நவ நாதர்கள் எதற்காக?

சித்த நாதர்கள் நம்மை விழிப்பு அடையச் செய்கிறார்கள். அதிசயம் நிகழ்த்துகிறார்கள். ஏன், சிலருக்கு அற்ப சௌகரியங்களைக் கூடச் செய்து தந்துவிட்டுச் செல்வார்கள். உண்மையில் சித்தர்களின் நோக்கம் தான் என்ன?

உயிரை அடுத்த நிலைக்கு உயர்த்துவதுதான் அவர்களின் நோக்கம். உயிர் நோக்கம் என்பது ஒரு வகை உயர் நோக்கம்.

உயிர்கள் பரிணாம வளர்ச்சி அடைந்து புல்லாய் பூண்டாய் வெங்காயமாய் கத்திரிக்காயாக வளர்ச்சி அடைந்து மனிதனாகி நிற்கிறது. அதற்குப் பிறகு என்ன? மனித நிலைதான் முடிவு நிலையா? மனித நிலைக்கு அடுத்த நிலை உயர் மனித நிலையாகும். உயர் மனித நிலைக்கு மனிதர்களை நகர்த்தவே நாதர்கள் இயங்குகிறார்கள்.

மனிதக் கற்பிதங்களைத் தகர்த்து, அடுத்த நிலைக்கு உயர்த்துவது நாதர்களின் கைகளில் இருக்கிறது.

தூய்மை வாதத்தின் உச்சத்தில் இருந்தேன் நான். உணவு உடை அனைத்திலும் தூய்மை. அதில் சிறிது தடம் மாறினாலும் எனது கோபத்தின் தீ அவர்களைச் சுடும். தண்ணீர் எடுத்த செம்பின் வெளிப்புறம் தண்ணீர் திவலைகள் இருந்தால் அந்தத் தண்ணீர் அசுத்தமானது என்று எண்ணுவேன். உணவில் சிறிய சுத்த கேடு இருந்தாலும் என்னால் சில நாள்களுக்கு அதையே நினைத்து, உணவு உண்ண முடியாது.

பரிசுத்த வாழ்க்கையில் ஒருநாள் காசிக்குப் பயணமானேன். மார்கழி தை மாதத்தின் பனி காசியைப் போர்த்தி இருந்தது. கங்கைகரையோரத்தில் நடந்து திரிந்து இரவு பத்து மணிக்கு மணிகர்ணிகா என்ற படித் துறைக்கு வந்து அடைந்தேன். பசி கங்கையின் ஓட்டத்தைவிட அதிகமாக இருந்தது. தாங்க முடியவில்லை. தவிர, அந்த இடம் அசுத்தங்கள் நிறைந்து இருந்தது. தள்ளிப் போய் ஏதாவது பழங்கள் கிடைத்தால் பசியாறலாம் அல்லது தங்கும்

விடுதிக்குச் சென்று உணவு கிடைக்குமா எனப் பார்ப்போம் என்று இருந்தேன்.

ஜெய் போலேநாத்! - பனி மூட்டத்திற்கு நடுவே ஒரு சப்தம். படித்துறையில் கறுப்பு உடையும் சடா முடியும் கைகளில் திரிசூலமும் ஏந்தி ஒருவர் அமர்ந்திருந்தார். என்னைப் பார்த்து வா என்பது போலக் கைகளைக் காட்டினார். நான் பசியால் தளர்ந்து பனியால் வாடி இருந்ததால் மெல்ல ஊர்ந்து அவர் அருகே சென்றேன். அங்கே கம்பளிகளும் துணிகளும் விரிப்பாக இருந்த இடத்தைக் காட்டி உட்காரச் சொல்லி, சாப்பிடுகிறாயா என்று கேட்டார்.

சப்பாத்தியும் நெய்யும் இருக்கிறது; சாப்பிட்டுவிட்டுச் செல் என்று உறுதியாகக் கட்டளையிட்டார். சப்பாத்தியும் நெய்யும் என்றவுடன் என் மனம், கொள்கைகளை விட்டு வெட்கம் கெட்டுச் சாப்பிடத் தயாரானது.

என்னைத் தனக்கு வலது புறம் உட்காரச் சொன்னார். தன் முன்பு இருந்த பாத்திரத்தில் கைகளைக் கழுவி விட்டு, புதிய துண்டில் துடைத்தார். பின்பு சப்பாத்திக்குப் பிசைந்த மாவைக் கைகளால் தட்டித் தட்டிப் பெரிதாக்கினார். அவரது சுத்தமான கைப்பக்குவம் என்னைக் கவர்ந்தது. பெரிதாகத் தட்டிய மாவை இடது பக்கம் இருந்த தந்தூரி அடுப்பில் போட்டுவிட்டு என்னிடம் பேச்சுக் கொடுத்தார்.

நான் எங்கிருந்து வருகிறேன், என்ன செய்கிறேன் என்று கேட்டுக் கொண்டே சப்பாத்தியைத் திருப்பிப் போட்டார். பனியும் அடுப்புப் புகையும் நாங்கள் தேவ லோகத்தில் இருப்பதைப் போல உணர வைத்தன. ஒரு

கிண்ணத்தில் பனியால் உறைந்த நெய்யை எடுத்து இடதுபுறம் நெருப்பில் வைத்தார்.

சுடச்சுட சப்பாத்தியும் அதன் மையத்தில் உருக்கிய நெய்யும். பனி கொண்ட இரவில் கங்கைக் கரையில் சாப்பிட்டவன் எத்தனைப் பிறவிக்குப் புண்ணியங்கள் செய்தவனாக இருப்பான்?

பசியின் உச்சத்தில் சப்பாத்தி எண்ணிக்கையை நான் கவனிக்கவில்லை. சாப்பிட்டு முடித்து அவருக்குப் பிரதி உபகாரமாகச் சப்பாத்தி செய்து கொடுத்து உதவலாம் என்று எண்ணி, வலது புறத்திலிருந்து இடது புறம் சென்று அந்த அடுப்பின் அருகே உட்கார்ந்தேன்.

அடுத்த நொடி பத்தடி தள்ளி விழுந்தேன். அங்கே அடுப்பு என்று நான் நினைத்தது, எரிந்துகொண்டிருந்த ஒரு சிதை. அந்த உடலின் நெஞ்சில் நெய் உருக்கும் கிண்ணம் இருந்தது. அதன் முகத்தில்தான் சப்பாத்தி சுடும் பகுதி இருந்தது.

சிறிய முடி விழுந்தாலே பல நாள்கள் பட்டினியில் இருக்கும் தூய்மைவாதியின் நிலை மிகவும் கவலைக்கிடமானது. எனது அதிர்ச்சியை அவர் பொருட்படுத்தவில்லை.அவர்பாட்டுக்குச் சப்பாத்தி மாவைக் கைகளால் தட்டிக்கொண்டிருந்தார். சிறிது நேர அதிர்ச்சிக்குப் பிறகு என்னிடம் இருந்து ஏதோ வெடித்து வெளியேறியது. அதன் பிறகு எனக்கு எந்த மனத் தடைகளும் இல்லை. அப்போதல்ல. அதன் பின்பு எப்போதுமே.

தூய்மைவாதம் பேசித் திரிந்து சில மனிதர்களின் வாழ்க்கையை மட்டும் கண்டு இருந்த எனக்கு அதன் பிறகு அனைத்து மனிதர்களையும் பேரன்பால் உணர

முடிந்தது. என்னையே என்னிடம் காட்டிய அந்த நாதர் யாராக இருக்க முடியும்?

நான் வேறு அது வேறு, இது சுத்தம் அது அசுத்தம், இவர்கள் கீழானவர்கள் நான் மேலானவன் என்ற இந்த இரண்டு நிலையை உடைத்து அனைத்தும் அன்பு மயமானதே என உணர்த்தி நம்மை உயர் மனித நினைக்கு இட்டுச் செல்வதே நாதர்களின் முக்கிய பணி.

பல்வேறு காலக்கட்டத்தில் பல நாதர்கள் நவ நாதர்களின் பிரதியாக இங்கே வந்திருக்கிறார்கள் என்றேன் அல்லவா? அப்படி பூமிக்கு வந்த நாதர்களில் மிக முக்கியமானவர்களைப் பற்றித் தெரிந்துகொள்வோம்.

தமிழ் நாட்டில் இருந்தே தொடங்கலாமா?

சதாசிவ நாத்.

உங்களுக்குத் தெரிந்தவர்தான். ஆனால் வேறு பெயர்களில்.

5. சதா சிவன்

இவரை உங்களுக்கு நன்றாகத் தெரியும். அவருக்கும் நம்மை நன்றாகத் தெரியும். அவரது இயற்பெயர் மட்டும் நமக்குத் தெரியாது.

என்னைநன் றாக இறைவன் படைத்தனன்
தன்னைநன் றாகத் தமிழ்செய்யு மாறே.

ஒன்றே குலம் ஒருவனே தேவன்

யாம் பெற்ற இன்பம் பெருக இவ்வையகம்

அன்பே சிவம்

யாவர்க்குமாம் இறைவர்கோர் பச்சிலை

உள்ளம் பெரும் கோவில் ஊண் உடம்பே ஆலயம்

இதெல்லாம் தெரியும் அல்லவா? நமது மொழியில் அதிகபட்சம் பயன்படுத்தும் பெரும் வரிகள் இவர் கொடுத்தவை தான்.

சதா சிவனார் என அழைக்கப்படும் சதா சிவ நாத். இவரை நாம் திருமூலர் என்கிறோம். மூலன் என்ற மாடு மேய்ப்பவரின் உடலில் புகுந்ததால் இவரைத் திரு என்ற மரியாதையுடன் திருமூலர் என அழைக்கிறோம் எனப் பலர் நினைக்கிறார்கள்.

உண்மையில், ஆன்மிகத்திற்கு இவரது திருமந்திரம் ஒரு மூலமாக, விதையாக இருப்பதால் இவருக்குத் திருமூலர் எனப் பெயர். நாதர்களின் வாழ்க்கையைப் புரிந்துகொள்ள வேண்டுமானால் திருமூலரின் வாழ்க்கையைப் புரிந்துகொண்டால் எளிதாகிவிடும்.

நாதர்கள் வேறு பரிமாண உலகத்தைச் சார்ந்தவர்கள் என்பதால் அவர்கள் ஒரு குறிப்பிட்ட நோக்கத்திற்கு இங்கே வந்து, பிறகு மீண்டும் அவர்களின் உலகுக்குச் செல்கிறார்கள். அவர்கள் கருவில் பிறப்பதில்லை, உடல் நொந்து இறப்பதில்லை.

பூமியில் உள்ள ஏதோ ஓர் உடலைத் தாற்காலிக வசிப்பிடமாக வைத்துக்கொண்டு தங்கள் நோக்கத்தைப் பூர்த்தியாக்கிவிட்டு, உடலை உதிர்த்துச் செல்கிறார்கள்.

நாதர்களின் பயணம் இப்படிப்பட்டது என்பதால் அவர்கள் எங்கே பிறந்து வளர்ந்தார்கள் என்பது தெரியாது. அவர்களின் பெற்றோர் பின்புலம் உள்ளிட்ட வேறு எந்தத் தகவலும் இருக்காது.

உதாரணமாக, மச்சீந்திரநாதர் மீன் மூலம் பிறந்தார் எனக் கூறப்படுகிறது. கோரக்கர் சாம்பலில் இருந்து தோன்றினார் என்பார்கள். இப்படி நாதர்களின் பிறப்பு இயற்கையான குழந்தைப் பிறப்பாக இருப்பதில்லை.

மாடு மேய்க்கும் ஓர் இடையர் மேய்ச்சல் நிலத்தில் இறந்து கிடக்கிறார். அவரைச் சுற்றி அவர் மேய்க்கும்

மாடுகள் நின்று இருக்கின்றன. இந்தக் காட்சியை வானத்தில் சஞ்சரிக்கும் பொழுது சதாசிவ நாதர் காண்கிறார். மேய்ச்சலுக்கு வந்த மாடுகளுக்கு வழிகாட்ட அவர் அந்த இடையனின் உடலில் புகுந்து உயிர் கொள்கிறார். பிறகு அந்த மாடுகளை ஓட்டி வந்து அதன் இடத்தில் சேர்க்கிறார்.

கல்வியறிவு இல்லாத ஓர் இடையர் திடீரென வாய் திறந்து,

ஆதியு மாய்அர னாய்உட லுள்நின்ற
வேதியு மாய்விரிந்துஆர்ந்துஇருந் தான்அருள்
சோதியு மாய்ச்சுருங் காததோர் தன்மையுள்
நீதியு மாய்நித்த மாகிநின் றானே.

என முழங்கினால் என்ன நினைப்போம்? ஏதோ ஆவி உடலில் புகுந்து ஆட்டுகிறது என்றல்லவா நினைப்போம்?

நாதர்கள் இவ்வாறு ஓர் உடலுக்குள் புகுந்தாலும் மயங்காமல் தன்னுள் விழிப்புடன் இருப்பார்கள். அவர்கள் வந்த நோக்கத்தை முழுமையாகப் பூர்த்தி செய்துவிட்டு உடலை உதிர்ப்பார்கள்.

ஓர் இடையன் இறந்தானாம்; அவனது உடலை இவர் எடுத்தாராம்; ஏதோ செவிவழிக் கதைகளைக் கேட்டு நானும் உங்களுக்குச் சொல்லுகிறேன் என நினைக்கலாம்.

மூலனின் உடலைப் பெறும் முன் சதாசிவன் எங்கே இருந்தார் என அவரே திருமந்திரத்தில் சுயசரிதையாகச் சொல்லுகிறார்.

இருந்தேன் இக்காயத்தே எண்ணிலி கோடி
இருந்தேன் இராப்பகல் அற்ற இடத்தே

இருந்தேன் இமையவர் ஏத்தும் பதத்தே
இருந்தேன் என்நந்தி இணையடிக் கீழே.

நந்தி என்ற ஆதி நாதரின் திருவடியில் இருந்தேன். எண்ணுவதற்குக் கடினமான கோடிக் கணக்கான காலம் இந்த அரிய உடலில் இருந்தேன். நான் இருந்த இடத்தில் இரவு பகல் என்ற இருமை இல்லை. இமையவர் அனைவரும் இருக்கும் இடத்தில் இருந்தேன்.

இமையவர் என்றால் இமயமலையில் வசிப்பவர் அல்ல. இரண்டு இமைக்கும் நடுவே இருக்கும் சித்தாகாசம் என்ற இடத்தைச் சொன்னேன் அல்லவா? அங்கே விழிப்புணர்வுடன் இருப்பவர்களே இமையவர்கள். இமையவர்களையே நாம் நாதர்கள் என்கிறோம். இத்தகைய நாத உலகில் ஆதி நாதரின் இணையடியில் காலம் என்ற பரிமாணம் கடந்து இருந்திருக்கிறார் சதாசிவர்.

பின்னைநின்று என்னே பிறவி பெறுவது
முன்னைநன் றாக முயல்தவம் செய்கிலர்
என்னைநன் றாக இறைவன் படைத்தனன்
தன்னைநன் றாகத் தமிழ்செய்யு மாறே.

ஆதிநாதர் இவரை ஒரு நோக்கத்திற்காகப் படைக்கப்படும் உலகுக்கு அனுப்புகிறார். அவரை தமிழ் செய்யுமாறு பணிக்கிறார். சதாசிவரின் பிறப்பின் நோக்கம் அது தான். தமிழ் செய்வது.

சித்தத்தின் உள்ளே சிறக்கின்ற நூல்களில்
உத்தம மாகவே ஓதிய வேதத்தின்
ஒத்த உடலையும் உள்நின்ற உற்பத்தி
அத்தன் எனக்குஇங்கு அருளால் அளித்ததே.

சித்தம் என்ற தளத்தில் உருவாகும் நூல்களில் உயர் தன்மையான வேதத்தின் சாரத்திற்கு இணையான கருத்தை என் உடலில் உள்ளே இருந்து உற்பத்தி செய்தார் ஆதிநாதர். அவரின் அருளால் இது அமைந்தது என்கிறார்.

சதாசிவ நாதர் திருமந்திரத்தை உருவாக்கிய விதம் நமது புரிதலுக்கு அப்பாற்பட்டது. ஒரு வருடத்திற்கு ஒரு திருமந்திரம் மட்டுமே அவர் வெளிப்படுத்துகிறார். மார்கழி மாதம் பௌர்ணமி அன்று அவர் ஒரு திருமந்திரத்தை வெளிப்படுத்துகிறார். குழந்தையைக் கருவில் சுமக்கும் தாய் போல மீதி நாட்கள் அவர் சித்தத்தில் இருந்து திருமந்திரத்தைப் பெறுகிறார். அதனால் தான் அவர் சொல்லுகிறார், 'நான் எழுதவில்லை அது எனக்குள் உற்பத்தியானது.'

மொத்தம் 3088 திருமந்திரங்கள் இப்பொழுது நமது கைகளில் உள்ளன. குறைந்த பட்சம் 3000 திருமந்திரங்கள் அவர் மூலம் வெளிப்பட்டது எனக் கொண்டால் வருடத்திற்கு ஒரு திருமந்திரம் என முவ்வாயிரம் வருடம் அவர் வாழ்ந்திருக்க வேண்டும். இது சாத்தியமா?

நாதர்களுக்கு சாத்தியமே.

இடையனின் உடலை எடுத்து சில வருடம். பிறகு வேறு உடல், பின்னும் இன்னொரு உடல் என நாம் ஆடை மாற்றுவதைப் போல அவர் உடலை மாற்றித் தமிழ் செய்திருக்கிறார்.

பல்வேறு உருவில் தோன்றி அவர் செயல்பட்டதால் இப்பொழுதும் கூட சித்த மரபில் திருமூலரை வைத்திருப்பார்கள். வைத்திய மரபிலும் திருமூலரைக் கொண்டாடுவார்கள். நாயன்மார் வரிசையிலும்

அவருக்கு இடமுண்டு. காரணம் ஒரே ஆள், பல வடிவங்களில் செயல்பட்டு இருக்கிறார்.

தான் இப்படித்தான் செயல்பட்டேன் என்பதையும் திருமந்திரத்தில் அவர் பதிவு செய்திருக்கிறார். தன்னைப் பற்றி அவரே சொன்னதைத்தான் நான் உங்களுக்குச் சொல்லுகிறேன். அது சரி அவர் இயற்பெயர் சதா சிவன் என அவரே சொன்னாரா?

ஆம்.

> நந்தி அருளாலே மூலனை நாடிப்பின்
> நந்தி அருளாலே சதாசிவன் ஆயினேன்
> நந்தி அருளால்மெய்ஞானத்துள் நண்ணினேன்
> நந்தி அருளாலே நானிருந் தேனே.

இங்கே அவர் நந்தி எனச் சொல்லுவது ஆதிநாதரை என உணருங்கள். சித்த ஆகாசத்தில் ஆதிநாதர் ஆடும் தாளத்தை உணர்ந்து அவர் திருமந்திரமாக வெளிப்படுத்துகிறார். வருடம் முழுவதும் சித்த வெளியில் இமையத்தில் அந்த நடனத்தை சித்திரை மாதம் முதல் தியானிக்கிறார். சித்திரையில் இருந்து 9ஆம் மாதம் மார்கழி பௌர்ணமி அன்று பிரசவம் நடக்கிறது. தனது சித்த ஆகாசம் என்ற நெற்றியைக் கருவறையாகக் கொண்டு கருவை உருவாக்கி இருக்கிறார்.

இப்படிப் பார்த்துப் பார்த்து உருவாக்கிய திருமந்திரம் அனைத்தும் இவர் எழுதியதில்லை. இவர் கருவியாக இருந்து இவர் மூலம் ஆதிநாதர் எழுதினார். அதனால்தான் இவருக்கு மூலன் என்றும் பெயர் வந்தது. இடையனின் பெயர் மூலன் என்றால் இவர் முதலில் எடுத்த உடல் தான் இடையனின் உடல், அதற்குப் பிறகு எத்தனையோ உடல்களைக்

கருவியாக்கி திருமந்திரத்தை வெளிப்படுத்தி இருக்கிறார்.

பெரும்பாலும் திருமந்திரத்தில் அவர் சிவனைப் போற்றிப் பாடி இருக்கிறார் என நினைப்பார்கள். முக்கியமாக அதற்கு இந்த வரியை உதாரணமாகக் காண்பிப்பார்கள்: "சிவனொடுஒக் கும்தெய்வம் தேடினும் இல்லை".

இவர் இங்கே சொன்ன சிவன் அவரல்ல என்பதே நாம் உணரவேண்டியது.

சித்தர்கள் இத்தகைய மரபுக்குள் அடைக்கப்படுவதால் தான் நாதர்களாக நாம் அவர்களைப் புரிந்தகொள்ளத் தடையாக இருக்கிறது.

> முன்னைஒப் பாயுள்ள மூவர்க்கும் மூத்தவன்
> தன்னைஒப் பாய்ஒன்றும் இல்லாத் தலைமகன்
> தன்னைஅப் பாயெனில் அப்பனு மாயுளன்
> பொன்னைஒப் பாகின்ற போதகத் தானே.

மூவர்களுக்கு மூத்தவன் என்றால் பிரம்மா-விஷ்ணு சிவ ரூபத்திற்கு முன்பு இருந்த ஓம் என்ற வடிவமான ஆதி நாதர். அவர் குறிப்பிடும் சிவத் தன்மை என்பது ஆதிநாத ரூபமாகும்.

நாகாபரணத்துடன் புலித்தோல் அணிந்த நிலையில் இருப்பவரை சிவனாக நாம் குழப்பிக்கொள்வோம் என்பதும் சதாசிவருக்குத் தெரிந்து இருக்கிறது. அதனால் தான் ஈசன் என நீங்கள் சொல்லுவதற்கு முன்பே பீஜம் என்ற ஓம் பெரும் தெய்வமாக இருந்தது. ஈசனை அது இது என நினைப்பில்லாதவர்கள் சொல்லுவார்கள். தெளிவில்லாத பாசி பிடித்து தூர்வாறாக் குளம் போல இருப்பவர்கள் சொல்லும் தன்மை எனச் சாடுகிறார்.

ஈசன் இருக்கும் இருவினைக்கு அப்புறம்
பீசம் உலகல் பெருந்தெய்வம் ஆனது
ஈசன் அதுஇது என்பார் நினைப்பிலார்
தூசு பிடித்தவர் தூரறிந் தார்களே.

திருமூலரின் வாழ்க்கையை உணர்ந்தோம் என்றால் நாதர்களின் தன்மை புரிந்துகொள்ள முடியும் என்றேன். இப்பொழுது உங்களுக்கு ஓரளவு புரிந்திருக்கும். இவர்கள் பிறப்பதும் இல்லை இறப்பதும் இல்லை வந்து செல்லுகிறார்கள்.

இவர்கள் மட்டுமல்ல. அனைத்து நாதர்களும் வருகிறார்கள் - விழிப்புணர்வு தருகிறார்கள் - மறைகிறார்கள்.

சதாசிவன் ஆகிவிட்டேன் எனத் தன்னை சதாசிவ நாத் என அறிவிக்கிறார் திருமூலர். சதா - எப்பொழுதும் சிவ நிலையில் இருப்பவர் எனப் பொருள் கொள்ளலாம். பிச்சாடனாராக விழிப்பு நிலைக்கு அழைத்துச் செல்லுபவர் சிவனாகக் கொண்டால், இவர் நூறு பிச்சாடனாருக்கு சமமான விழிப்புணர்வை ஏற்படுத்தவல்லவர் என்பதால் சதா-சிவர் என அழைக்கப்பட்டார். சதம் என்றால் நூறு அல்லவா?

தானொரு கூறு சதாசிவன் எம்மிறை
வானொரு கூறு மருவியும் அங்குளான்

என்னுள் ஒரு கூறாக இறைவன் இருக்கிறார். இறைவனின் ஒரு பகுதியாக நான் இருக்கிறேன். எனத் தன்னை உணர்ந்த நாதர் நமக்கு விளக்குறார்.

சதாசிவநாதரை ஓரளவு புரிந்துகொண்டோம். சதாசிவ நாதரின் சித்த மரபையும் அவர் செய்த திருமந்திரத்தையும் இனி உற்று நோக்குவோம்.

௬. மூல(ன்) மொழி

கல்லைக் கண்டால் நாயைக் காணோம்; நாயைக் கண்டால் கல்லைக் காணோம் என்று விளையாட்டாக நாம் பேசிக்கொண்டிருக்கும் வாசகத்தில் ஒளிந்திருப்பது பெரும் தத்துவம். இது பலருக்குத் தெரியாது. கல் கையில் இருக்கும் பொழுது நாய் ஓடி விடும். நாய் நம்மைக் கடிக்க வரும் சமயம் நம் கையில் கல் இருக்காது எனச் சிலர் விளக்குவார்கள். அப்படி அல்ல அது.

கல்லில் தத்ரூபமாக வடித்த நாய் சிலையைப் பார்க்கும் பொழுது இது நாய் வடிவம் என அதிசயத்துப் பார்ப்போம். அப்பொழுது அது செய்யப்பட்ட பொருள் கல் என நம் மனம் உணராது. அது போலவே கல்லால் ஆன சிலை இது என நம் மனம் ஆய்வு செய்யத் தொடங்கினால் நாய்ச் சிற்பத்தின் அழகை நமது மனம் உணராது. இதுதான் அதன் உண்மைப் பொருள்.

திருமந்திரத்தில் கூட - மரத்தை மறைத்தது மாமத யானை என்கிற வரிக்குச் சிலர் நேரடிப் பொருள் சொல்வார்கள். உண்மையில் மரத்தை மறைத்தது எனச் சொல்லும் திரு மந்திரம் இக்கருத்தைச் சொல்லுவதில்லை. அது சொல்லும் கருத்து என்ன என்று பிறகு பார்ப்போம்.

நாய்-கல் தொடர்பு கொண்ட விளக்கத்தைத் திருமூலர் எப்படி விளக்குகிறார் தெரியுமா? அதை முதலில் தெரிந்துகொண்டுவிடுவோம்.

பொன்னை மறைத்தது பொன்னணி பூடணம்
பொன்னின் மறைந்தது பொன்னணி பூடணம்
தன்னை மறைத்தது தன்கர ணங்களாம்
தன்னின் மறைந்தது தன்கர ணங்களே

நகைக்கடைக்குச் சென்றோம் என்றால் அங்கே இருக்கும் நகைகளைக் கண்டு இது கம்மல் அது வளையல் இது மோதிரம் எனச் சொல்லுவோம். அப்பொழுது அதன் வடிவம்தான் மனத்தில் நிற்கும். அவை அனைத்தும் தங்கத்தால் ஆனது என நமக்குப் புரியாது. அது போல, நான் என்ற உணர்வு நமக்கு மிகுந்ததால் நம் யார் என்ற மூல காரணங்கள் மறந்துவிட்டது. தத்வமஸி என்ற வேத வாக்கியத்தைப் போகிற போக்கில் நகைக்கடையை வைத்து விளக்குகிறார் சதாசிவ நாதர்.

திரு மந்திரம், எளிய மனிதர்களுக்குப் புரியும் வண்ணம் எளிய உதாரணங்கள் கொண்டது. எளிய உதாரணத்தில் பெரும் கருத்தைச் சிக்கல் இல்லாமல் சொல்லுவது. சிக்கலான இலக்கண விதிகள் கொண்ட வெண்பா முறையில் எழுதப்பட்டது. ஆன்மிகத்தின் அனைத்து வடிவங்களையும் பற்றிச் சொல்லும்

தன்மை கொண்டது. இதில் இல்லாதது என்பதே கிடையாது.

சிறிய பயிற்சியும் நல்லாசிரியர்களும் இருந்தால் எத்தனையோ கருத்துகளை வெண்பா வடிவில் உருவாக்கி விடலாம். ஆனால் ஆன்மிக விஷயங்களை வெண்பா வடிவில் எழுதுவது என்பது அத்தனை எளிதான விஷயம் இல்லை. ஆன்மிகக் கருத்துகளை போதனை வடிவில் எழுதாமல் மிகவும் சூத்திரமாக அதே நேரம் சூட்சுமமாகவும் வடிவமைப்பதில் திரு மூலருக்கு நிகர் சதாசிவ நாதர் மட்டுமே இருக்க முடியும்.

வெண்பாவில் மொத்தம் பதினைந்து வார்த்தைகளுக்கான இடம் உண்டு. அவர் தேர்ந்தெடுக்கும் வார்த்தைகள் அசாதாரணமானவை. ஒரு வார்த்தையில் பல்வேறு படிமத்தை வைத்து உருவாக்கி இருக்கிறார். ஒரே திரு மந்திரத்தை ஆன்மிக வாழ்க்கையின் ஆரம்பத்தில் படிப்பதற்கும் ஆன்மிக உச்ச நிலையில் படிப்பதற்கும் வெவ்வேறு பொருளைத் தரும். ஆனால் திருமந்திரம் ஒன்று தான்.

அதெப்படி ஒருவர் ஆன்மிகமாகச் சிந்தித்து, தமிழில் வெண்பா வடிவில் சூத்திரமாக எழுதி, அதே பாடலை வெவ்வேறு காலத்தில் வேறு தளங்களில் பரிமாணம் கொள்ளச் செய்ய முடியும்?

முடியும். சதாசிவரால் மட்டுமே அது சாத்தியம். பலர் திரு மந்திரத்தில் இருக்கும் தமிழ் மிகவும் பிற்காலத் தமிழ் என்பார்கள். பல ஆயிரம் வருடம் முன் அவர் இருந்திருந்தால் முதற் சங்கத்துத் தமிழாக இருக்க வேண்டும்; அக்காலப் பாடல் இப்படி எளிய நடையில் இருக்காது என்று ஐயுறுவார்கள். அப்படியானால் திரு

மந்திரம் நான்காயிரம் ஆண்டுகள் பழமையானது இல்லையா? சில நூற்றாண்டுகளுக்கு முற்பட்ட காலத்தில் உருவானது தானா?

தமிழகத்தின் பிரசித்தி பெற்ற சிவன் கோவில் அது. கருவறைக்குத் தெற்குப் பக்கம் தட்சிணா மூர்த்தி சன்னிதிக்கு எதிரே கூட்டம் இல்லாத இடத்தைத் தேர்ந்தெடுத்து மந்திர ஜபம் செய்ய அமர்ந்தேன். கையில் மாலையை வைத்துக் கண்களை மூடி என் குருநாதர் கொடுத்த மந்திரத்தைத் திரும்பத் திரும்ப உச்சரிக்கத் தொடங்கினேன். ஜபம் முடிந்து மெல்ல கண்களைத் திறந்து சன்னிதியைப் பார்த்தேன்.

தட்சிணா மூர்த்தியின் முகம் மென்மையான புன்னகையுடன் ஜொலித்தது. சன்னிதியின் மேல் எழுதிவைத்திருந்த அந்த நான்கு வரி கவனத்தைக் கவர்ந்தது.

> தெளிவு குருவின் திருமேனி காண்டல்
> தெளிவு குருவின் திருநாமஞ் செப்பல்
> தெளிவு குருவின் திருவார்த்தை கேட்டல்
> தெளிவு குருவுரு சிந்தித்தல் தானே.

குரு என்ற வார்த்தை வந்ததும் அதை தட்சிணா மூர்த்தி சன்னிதியில் எழுதிவைத்து விட்டார்கள். நவக்கிரத்தில் இருக்கும் குருவுக்கும் தட்சிணா மூர்த்திக்கும் வித்தியாசம் தெரியாமல் போய்விட்டது. போதாக் குறைக்கு தட்சிணா மூர்த்தி மஞ்சள் வேட்டி, கொண்டைக்கடலை மாலை என்று என்னென்னவோ வழக்கங்கள் வந்துவிட்டன. அதையெல்லாம்கூட சகித்துக்கொள்ளலாம். அவர் சன்னிதியில் திருமந்திரம் வேறு! சிரித்துக்கொண்டேன்.

சட்டென்று ‘என்ன சிரிப்பு? தட்சிணா மூர்த்தியைப் பார்த்து சிரிக்கும் அளவுக்கு ஞானம் கொட்டுதோ’

என்று ஒரு குரல். நான் அமர்ந்திருந்த மண்டபத்தின் தூணுக்குப் பின்னால் இருந்து வந்தது அந்த பெண் குரல்.

குரல் வந்த திசையில் நான் எட்டிப் பார்க்க, அங்கே சிவப்புப் பாவாடை ரவிக்கையில் ஓர் இளம் பெண் நின்று இருந்தாள். வயதுக்கு மீறிய மூக்குத்தி. முகமே பேரழகு. எதுவும் பேசாமல் அமைதியாக இருந்தேன்.

கொலுசுச் சத்தம் ஒலிக்க, என்னருகே வந்து அமர்ந்து கையில் இருந்த தொன்னையில் பிரசாதத்தை நீட்டினாள். வாங்கி சுவைத்துவிட்டு, அவளைப் பார்த்தேன்.

இன்னும் என்ன என்பது போல முகத்தைத் தூக்கி சைகை செய்தாள். திரு மந்திரத்திற்கும் தட்சிணா மூர்த்திக்கும் என்ன சம்பந்தம்னு தெரியல. அதுல குருனு வார்த்தை வந்ததால இங்க எழுதி வச்சுட்டாங்க போல எனச் சொல்லி முடிக்கவே எனக்குத் திணறியது.

அப்ப அந்த திரு மந்திரத்துக்கு என்ன அர்த்தம்னு உனக்குத் தெரியுமா சொல்லு என்றாள்.

இது கேள்வியா கட்டளையானு தெரியலையே என்று நினைத்தவாறே, குருவை நேரில் பார்ப்பது, அவரின் வார்த்தைகளைக் கேட்பது, மேலும் அவரின் பெயரைச் சொல்லுவது, அப்புறம் அவரைப் பற்றியே சித்திப்பது என்பது ஞானம் எனும் தெளிவைக் கொடுக்கும்.

எனக்குத் தெரிந்ததைச் சொன்னேன்.

மலை உச்சியில் இருக்கும் தூய்மையான சுனை நீர் சலசலப்பைப் போலச் சிரித்துவிட்டுத் தலையை இடப் பக்கமாகச் சாய்த்து என்னைப் பார்த்தாள்.

பிறகு இங்கே குருவின் உடலைப் பார்ப்பதையோ அவரது பெயரைச் சொல்லுவதையோ திருமூலர் கூறவில்லை. குரு என்பவர் தனது சிஷ்யனுக்கு மந்திர தீக்ஷை அளிப்பார். அது தான் திருவார்த்தை. சாதாண வார்த்தை இல்லை. திருவார்த்தை என்பது இறையருள் கொண்ட வார்த்தை. கேட்ட வார்த்தையை மீண்டும் மீண்டும் ஜெபமாலையை வைத்துச் சொல்ல வேண்டும். அதற்குத் தான் திருநாமம் செப்பல் என்கிறார். மந்திரம் சொல்லும் பொழுது அதற்கு உண்டான தேவதையை மனத்தில் நினைக்க வேண்டும். அதற்குத் தான் குருவுரு சிந்தித்தல் தானே என்கிறார். குருவின் உரு அல்ல குரு சொன்ன உரு. மந்திரம் சொல்லும் பொழுது இத்தகைய தெய்வ உருவில் உனது கவனம் வை எனச் சொல்லுவார் குரு. குருவிடம் தீக்ஷை பெற்றவர்களுக்குத் தான் இதன் அவசியம் புரியும் என்றாள்.

தீக்ஷை அளிக்கும் தருணம் தான் திருமேனி காண்பது. பிறகு ஜபம் செய்யும் மந்திரம் பெறுவது. அதற்குப் பின் ஜபம் செய்வது என வரிசைப்படிதானே இருக்க வேண்டும்? திருமந்திர வரிகள் ஏன் வேறு மாதிரி இருக்கின்றன என்றேன்.

உண்மைதான். இந்தத் திருமந்திரம்,

> திருமேனி காண்டல்
> திருவார்த்தை கேட்டல்
> திருநாமஞ் செப்பல்

குருவுரு சிந்தித்தல் தானே என்ற வரிசையிலேயே வரவேண்டும் என்றாள். அப்படி வரிகள் மாற்றி எழுதினால் இலக்கணப் பிழை வருமா என்றேன். மீண்டும் சிரித்தாள்.

இப்படி நேரம் போவது தெரியாமல் திருமந்திரங்களை நான் அவளுடன் பேச, அவள் அதற்குப் புதிய விளக்கம் தரவும் அங்கே வேறு யாரும் இல்லை, காலமும் நகரவில்லை.

நீ தமிழ்க் கல்லூரியில் படிக்கிறாயா? உனக்கு எப்படித் திருமந்திர விளக்கம் தெரிகிறது என்று கேட்டேன்.

அவளாக ஏதோ சொன்னாளே தவிர, அவளைப் பற்றிய கேள்விக்கு எனக்கு பதில் அளிக்கவில்லை. சில நிமிடத்திற்குப் பிறகு எனக்கு மிக அருகே வந்து என் கண்களைக் கூர்ந்து பார்த்துவிட்டு சொன்னாள். மாடு மேய்க்கும் மூலன் உடம்பு மட்டும் தானா? பெண் உடல் கூடாதா?

கேட்ட கணத்தில் அருகே இல்லாது போனாள். தூரத்தில் பிராகாரத்தில் அவள் நடப்பது தெரிகிறது. கூப்பிட நாக்கு எழவில்லை. கைகால்கள் அசையவில்லை. என் காட்சியை விட்டு அவள் விலகியதும் பழைய உணர்வு நிலைக்குத் திரும்பினேன்.

என்னை ஒரு கயிறால் கட்டிப் போட்டுவிட்டு, பிறகு அவிழ்த்து விட்டதைப் போன்ற உணர்வு. அவளது அழகா அறிவா எதில் கட்டுண்டேன் எனத் தெரியவில்லை. திருமூலர் ஆண் உடலை மட்டும் தான் ஏற்பார் என நான் நினைத்தது எத்தனை முட்டாள்தனம்? குறுகிய மனத் திறன். வெட்கித் தலை குனிந்தேன்.

இதைத்தானே திருமூலர் மரத்தில் மறைந்தது மாமத யானை என்ற மந்திரத்தில், பரத்தை மறைத்தது பார்முதல் பூதம் - பரத்தை மறைந்தது பார்முதல் பூதமே என்கிறார். பரம் என்றால் வெளியுலகம். பஞ்ச

பூதங்களால் உருவான அனைத்தும் வெளி நிலையில் தெரிகிறது. இவை அனைத்தும் பஞ்ச பூதம். ஆனால் உலகத்தைக் காணும் பொழுது அதன் பின்னால் இருக்கும் பஞ்ச பூதங்கள் தெரியாது.

அவளைப் பார்க்கும் பொழுது அவளது தோல் பூமியால் ஆனது. அவளின் மூச்சு காற்றால் ஆனது. எனக்குத் தோன்றவில்லையே.. ஒட்டுமொத்தப் பேரழகு மட்டுமே தெரிந்ததே என வியந்தேன்.

மந்திர ஜபம் செய்வதால் ஒருவர் ஆன்மிக உச்ச நிலை அடைகிறார் எனும் கருத்தை விளக்கும் திரு மந்திரம்தான் தெளிவு குருவின் எனத் தொடங்கும் திரு மந்திரம்.

திரு மந்திரத்தை விளக்க ஒருவர் தமிழ் ஆசிரியராக இருந்தாலோ அல்லது சைவ மதத்தைப் பின்பற்றுபவராகவோ இருந்தால் போதாது. திருமந்திரம் படிக்கும் முன் வேதங்கள் மற்றும் ஆன்மிக சூத்திரங்களைக் கற்று இருந்தால் மட்டுமே திருமந்திரம் விளங்க ஆரம்பிக்கும்.

திருமந்திரம் ஒன்பது பகுதிகளாக உள்ளது. அவை தந்திரம் என அழைக்கப்படுகிறது. ஒவ்வொரு தந்திரத்தின் மந்திரங்களை வாசித்தால் ஒவ்வொரு மந்திரத்திரத்திற்கும் ஒன்பது விளக்கம் தரலாம். இதுவும் சதாசிவநாத் சொன்னதே ஆகும்.

இலக்கணமும் ஆன்மிகமும் சிறந்த நுட்பங்களும் ஒருங்கே இணைந்த திருமந்திரத்தை மனிதர்கள் யாரேனும் எழுதி இருக்க வாய்ப்பு உண்டா?

தற்காலத் தமிழ் நடையில் திருமந்திரம் இருக்கிறதே எனப் பலர் கேட்கிறார்கள். மூலன் என்னும் இடையன்

உடலை அவர் எடுத்தார். அதன்பின் தொடர்ச்சியாகப் பல உடல்களை எடுத்தார் என்றேன் அல்லவா? பிறகு உடல்களை விட்டு விட்டு நந்தியின் காலடிக்குச் சென்றுவிட்டார் என எங்கேயும் குறிப்பிட வில்லை. காலத்தின் பிடியில் அவர் இல்லை. திருமூலரின் நோக்கம் நமக்குப் புரியும் மொழியில் உயர் கருத்துக்களை விளக்குவது தான். காலத்தினால் நாம் தமிழை மாற்றினாலும் அவர் நவீன வடிவில் திருமந்திரத்தை அளிப்பார்.

அதனால்தான் சொல்லுகிறேன், சதாசிவ நாத் நம்முடன் சதா இருக்கிறார். நம்மிடம் உரையாடும் நிலையில்தான் அருகே இருக்கிறார். நாதர்களுக்கு அழிவில்லை.

7. தத்த நாத்

அது மார்கழி மாதத்தின் புலர் காலை. சூரியனைவிடப் பிரகாசமான தேஜஸ் உடைய முகத்தைக் கொண்ட மா அனுஷியா, ஆசிரமத்தை சுத்தம் செய்து கொண்டிருந்தாள். தனது நியம அனுஷ்டானங்களை முடித்துவிட்டு அத்திரி மஹரிஷி வெளியே உலாவச் சென்று விட்டார்.

வேலையில் இருந்த அனுஷியா, தனக்குப் பின்புறம் யாரோ வந்து நிற்பது போல உணர்ந்து, திரும்பிப் பார்த்தாள்.

எதிரே மூன்று ரிஷிகள். அத்திரி மகரிஷியைப் பார்க்க எப்போதும் யாராவது வந்தபடியேதான் இருப்பார்கள். எனவே அனுஷியா அவர்களை வரவேற்று அமரச் செய்தாள். தனது கணவர் திரும்பி வரும் வரை காத்திருக்க வேண்டினாள். அதற்குள் அவர்களுக்கு உணவு தயாரித்து விடுவதாகச் சொல்லி சமையலறைக்குச் சென்றாள்.

அந்த மூன்று ரிஷிகளும் பார்க்க ஒரே போல இருந்தனர். பேசும் பொழுதும் ஒரே விதமான முக

பாவனை இருந்தது. அதைச் சிந்தித்தபடி உணவைத் தயாரித்து முடித்து அவர்களைச் சாப்பிட அழைத்தாள் அனுஷியா.

அதுவரை சும்மா இருந்த ரிஷிகள், அப்போது ஆரம்பித்தார்கள். ‘நாங்கள் மூவரும் வினோதமான விரத அனுஷ்டானங்களைப் பின்பற்றுபவர்கள். எங்களுக்கு விருந்து அளிப்பவர் உடைகள் அணியாமல் பிறந்த மேனியாக உணவு படைத்தால் மட்டுமே சாப்பிடுவோம்’ என்றனர்.

அனுஷியா யோசித்தாள். அத்திரி மகரிஷியின் மனைவியாகவும் முதன்மை சிஷ்யையாகவும் இருந்ததால் பல யோக சித்துக்களைப் பெற்றவள் அவள். அதனைப் பயன்படுத்தி, தனது யோக பலத்தால் ரிஷிகள் மூவரையும் பிறந்த குழந்தையாக மாற்றினாள்.

மூவரையும் தொட்டிலில் படுக்க வைத்து, தாயாக மாறி ஒவ்வொருவராக எடுத்துப் பாலூட்டினாள். உடை இல்லாமல் விருந்தும் படைத்தாயிற்று, அதே நேரம் தனது பதிவிரதா நிலைக்கு பாதிப்பும் இல்லை. இதற்கெல்லாம் மேலே அவளுக்கு இத்தனை நாள் குழந்தை இல்லாத நிலை அழிந்து மூன்று குழந்தைக்குத் தாய் என்ற பெயரையும் பெற்றாள்.

அத்திரி மகரிஷி ஆசிரமம் திரும்பியவுடன் நடந்தவற்றைக் கேட்டு அறிந்தார். தனது தவ வலிமையால் வந்திருப்பது பிரம்மா விஷ்ணு சிவன் எனத் தெரிந்துகொண்டார். மூன்று குழந்தைகளையும் ஒன்றாகக் கிடத்தி தனது கமண்டலத்தில் இருந்து நீரை அவற்றின் மேல் தெளித்தார். மூன்றும் ஒன்றிணைந்து, ஒரே உடல் கொண்ட குழந்தையாக மாறியது. மூன்று

தலைகளும், ஆறு கரங்களுமாக அந்தக் குழந்தை அனுஷியாவையும் அத்திரியையும் பார்த்துச் சிரித்தது.

அந்தக் குழந்தைதான் தத்தாத்ரேயர்.

சித்தர்களின் சம்பிரதாயத்தை க்ருத யுகத்தில் பூமியில் தோற்றுவித்தவர். பிரம்மாவின் கையில் உள்ள ஜப மாலை, விஷ்ணுவின் கையில் உள்ள சங்கு சக்கரம் மற்றும் தாமரை, சிவனின் கையில் உள்ள திரிசூலம் மற்றும் உடுக்கை ஆகியவற்றைத் தனது ஆறு கரங்களில் கொண்டவர் தத்தாத்ரேயர்.

நிற்க. இதெல்லாம் நம்புகிற மாதிரியா இருக்கிறது?

நிர்வாணமாக உணவு கொடுக்க வேண்டும் என்ற நிபந்தனையே ஒரு அபத்தம் என்றால், யோக சித்தியெல்லாம் கைவரப் பெற்று, ரிஷிகளைக் குழந்தைகளாக மாற்றும் வல்லமை பெற்ற அனுஷியாவுக்கு வந்திருப்பவர்கள் யாரென்று கண்டுபிடிக்கத் தெரியாதா?

இன்னும் கேட்கலாம். நமது பகுத்தறிவுக்கு அப்பாற்பட்ட சில, எக்காலத்திலும் இருந்தபடியேதான் இருக்கிறது. நம்மால் உணர்ந்தறிய முடியாததாலேயே அவை உண்மையல்ல என்று எண்ணுவது அறியாமை.

தத் என்றால் உண்மை. அத்திரி மகரிஷியின் புதல்வராக இருப்பதால் ஆத்ரேயர். இவ்வாறு உண்மையின் சொரூபமாக உருவெடுத்து அத்திரிக்குப் புதல்வராக வந்தவர் என்பதாலேயே தத்தாத்ரேயர் எனப் பெயராக வழங்கப்பட்டது.

முன்கண்ட கதைக்கு ஒரு காரணம் சொல்லப்படுகிறது. முப்பெருந்தேவியரான பார்வதி, லட்சுமி, சரஸ்வதி

மூவரும் ஒரு கட்டத்தில் அனுஷியாவின்மீது பொறாமை கொண்டிருந்தனர். அவர்கள் குடும்பத்தில் ஏதோ விவாதம் வந்திருக்கும். மூவரைக் காட்டிலும் அனுஷியா பெரிய பதி விரதை என்று மூன்று பேரின் கணவர்களில் யாராவது ஒருவர் சொல்லியிருப்பார். அதனால்தான் அனுஷியாவின் கற்பைச் சோதிக்க மும்மூர்த்திகளையும் அவர்கள் அனுப்பி வைத்தார்கள். அங்கே அனுஷியா அவர்களைக் குழந்தையாக மாற்றிவிட, மூவருக்கும் உண்மை புரிந்திருக்கிறது. பிறகு அவர்களும் அனுஷியாவைப் போற்றிப் புகழ்ந்திருக்கிறார்கள்.

உண்மையில் தத்த சரித்திரம் என்ன என பார்ப்போம்.

தத் என்ற உண்மையிலிருந்து தோன்றியவர் அவர். மூன்று தன்மை கொண்ட கடவுளின் குணங்களின் ஒரு பகுதியாக இல்லாமல், மூன்றும் இணைந்த பரப்பிரம்மமாக இருக்கிறார் தத்தாத்ரேயர்.

ஓம் என்ற நாத பிரம்மத்தின் மூன்று உள்நிலை பிரிவுகள்தான் பிரம்மா விஷ்ணு சிவன் என்ற நிலை. அவை அ-உ-ம என்ற நிலையில் செயல்படுகிறது. அவை தனித்தனியே இல்லாமல் ஒருங்கிணைந்த வடிவமாக தத்தாத்ரேயர் இருக்கிறார்.

இறை அவதாரங்கள் ஒரு தாயின் வயிற்றில் ஸ்ரீராமனாகவோ அல்லது ஸ்ரீகிருஷ்ணராகவோ பிறப்பதை நாம் இதிஹாசங்களில் பார்ப்போம். அவை விஷ்ணுவின் பிரதியாக அவதாரம் கொண்டவை. அதர்மத்தை நாசம் செய்யத் தோன்றிய தர்ம அவதாரங்கள். பரப்பிரம்மத்தின் ஒரு பகுதியான உ என்ற நாதத்தின் வடிவம். முழுமையான அவதாரமாக ப்ரணவம் தோன்றும்பொழுது அது மனித உடலில் கருவாக இருந்து உருவாகாது.

முழுமையான அவதாரமாக பிரபஞ்ச ஆற்றல் வடிவம் கொள்ளுமானால் தாயின் கருவறை அதனைத் தாக்குப்பிடிக்க முடியாது. அதனால் தான் அனுஷியாவின் உடலில் கருவாகாமல் தத்த நாதர் உருவானார். உடல் இன்பத்தால் உருவாகாமல் யோக நிலையில் இருந்தால் மட்டுமே அத்தகைய தாயாகும் பாக்கியம் கிடைக்கும் என்பதே தத்தாத்ரேயரின் பிறப்பைப் பற்றி நாம் தெரிந்துகொள்ள வேண்டிய உண்மையாகும்.

எத்தனையோ சித்தர்கள் இங்கே பிறப்பும் இறப்பும் இல்லாமல் நாத உலகில் இருந்து வந்து சென்றார்கள். அதில் முதன்மையானவர், தத்தாத்ரேயர். முதன் முதலில் பூமிக்கு வந்தவரும் அவர்தான்.

பல்வேறு யுகங்களில் பல்வேறு காலத்தில் இவர் பிறந்ததாகப் புராணங்கள் உண்டு. தத்த நாதர் தாயின் கருவில் பிறக்காமல் உடல் எடுத்து வந்து சென்றார் என்பதால் இவரைச் சுற்றியும் பல கதைகள் உலவுகின்றன.

தத்த நாதரின் பிறப்பையும் அவர் சமாதி கொண்ட இடங்கள் எனப் பல்வேறு இடங்களையும் இந்தியா முழுவதும் காணலாம். இராமேஸ்வரத்திற்கு அருகே என்றும் மஹாராஷ்டிரத்தின் வடக்கே எனவும், காஷ்மீரத்தில் என்றும் பல இடங்களைச் சுட்டுவார்கள்.

தத்தாத்ரேயர் நாத உலகில் இருந்து வந்து பூமியில் நாதர்கள் எனும் சித்த மரபை தோற்றிவித்தவர் என்பது மட்டுமே அனைத்து சரிதத்திலும் ஒரே போல இருக்கிறது. ஆனால் அவரின் பிறப்பும் இறுதியும் அறுதியிட இயலாதவை.

ஏன் அப்படி தெரியுமா?

தத்தாத்ரேயர் ஒரு முறை மட்டும் வந்து செல்லுவதில்லை. எப்பொழுது எல்லாம் சித்த மரபு தேய்கிறதோ அதை மீண்டும் புதுப்பிக்க அவர் உடல் எடுத்து வர வேண்டி இருக்கிறது.

பிரம்மா விஷ்ணு சிவனின் அம்சமாக, மூன்று தலைகள் மற்றும் ஆறு கைகள் கொண்டு நெற்றியில் மூன்றாவது கண்ணுடன் ஒருவரை தேடினோம் என்றால் படத்தில் மட்டுமே அவர் இருப்பார். தத்த நாதர் அனைத்தும் நிறைந்த பிரம்ம வடிவம் என்பதை உணர்த்தவே அத்தகைய உருவகம் தேவைப்படுகிறது. தத்த நாதர் காலத்திற்கு ஏற்பத் தன்னை வடிவமைத்துக்கொள்வார் என்பதை உணர வேண்டும்.

அத்திரி அனுஷியா தம்பதிகளின் புத்திரனாக வந்த தத்தர், அந்தக் காலத்திற்கு ஏற்ப வாழ்க்கை முறையில் இருந்திருப்பார். கைகளில் பிச்சை பாத்திரம் ஏந்தி தனது தந்தையைப் போல வேதங்கள் முழங்க பிட்சை எடுத்து உணவு சாப்பிட்டிருப்பார்.

அதனால் அவர் எக்காலத்திலும் அப்படியே இருப்பார் என நினைப்பது நமது அறியாமையே ஆகும். தற்காலத்திலும் தத்தாத்ரேயர் இருப்பார். ஆனால் மூன்று தலையுடன் ஆறு கரங்களுடன் கையில் திருவோடு ஏந்தி எதிர்பார்க்கக் கூடாது. நமக்கு அருகே அமர்ந்து ஐபோனில் ஸ்விகியில் உணவை ஆர்டர் செய்துகொண்டிருக்கலாம். காலத்திற்கு ஏற்ப வடிவு பெறுவதே தத்தாத்ரேயரின் உண்மை சொரூபம்.

சித்த மரபின்படி அவர் நம்முள் எதையோ நொறுக்கி நம்மை விழிப்படையச் செய்யவே தத்த நாதராக

வருகிறார். தாருகா வனத்திற்கு ஆதிநாதர் எப்படி மனித வடிவில் வந்தாரோ அதே போல தத்த நாதர் சித்த மரபை நிலை நிறுத்தப் பல்வேறு வடிவில் அவதரிக்கிறார்.

அறியாமையில் ஓர் இனம் தடுமாறும் பொழுதெல்லாம் ஆதி நாதர் பிச்சாடனாராக வருகிறார். தனி மனிதன் ஆன்மீக உயர்நிலை இன்றி இருக்கும் காலத்தில் எல்லாம் தத்த நாதர் வருகிறார். முன்னவர் குழுவிற்கு; பின்னவர் தனி ஒருவனுக்கு எனத் தெரிந்துகொள்ளுங்கள். இருவரும் வேறுவேறாகத் தோன்றினாலும் இருவரும் ஆதி நாதர்தான்.

முழுமையான ஆதி நாத வடிவமாக தத்தாத்ரேயர் இருப்பதால் இவரை அனைவரும் சொந்தம் கொண்டாடுவார்கள். சைவ மதங்கள் இவரை சிவனின் வடிவமாகவும், மஹாராஷ்டிர வைணவ மரபில் இவர் விஷ்ணுவின் அவதாரமாகவும் போற்றப்படுகிறார். காஷ்மீரத்தில் இருக்கும் சில இஸ்லாமிய இனக் குழுவினரும் தத்தாத்ரேயர் அவர்களின் தேவதூதர் என மரியாதை செலுத்துகிறார்கள்.

ஜைனர்களில் திகம்பரர் என்ற நிர்வாண மரபு உண்டு. தத்தாத்ரேயர் அவர்களில் ஒரு திகம்பரராக இருக்கிறார். சித்த மரபில் நாத சம்பிரதாயம் என்ற மரபைத் தோற்றுவித்தவர். இப்படிப் பலரும் இவர் எங்களுக்கானவர் என வணங்குகிறார்கள். இதன் மூலம் அவர் பல்வேறு காலத்திலும் பல்வேறு மரபிலும் தோன்றியவர் என்பது உறுதியாகிறது.

தன்னிலை மறந்து இறை ஆனந்தத்தில் மூழ்கி இருப்பவர்கள் அவதூதர்கள். உடலில் உடை

இருக்கிறதா என்றோ பசி என்றோ இல்லாமல் ஏதோ ஒரு பேரானந்தத்தில் மூழ்கி இருக்கும் நிலைகொண்ட சித்தர்களை அவதூதர்கள் என்பார்கள். அவதூதர்களின் முதல் குருவாகவும் முதல் அவதூதராகவும் இருப்பவர் தத்தாத்ரேயர்.

தத்தாத்ரேயரின் வாழ்க்கை சம்பவங்கள் மிகவும் சுவாரசியமானவை. கிருத யுகத்தில் அவருக்கு பல்லாயிரம் சிஷ்யர்கள் இருந்தார்கள். அவர்களில் குறிப்பிடத்தக்கவர் பரசுராமர். தனி மனிதன் ஆன்மீக குரு கிடைக்காமல் இருக்கும் பொழுது அவனுக்கு குருவைக் காட்டி அருள் செய்பவர் தத்த நாதர்.

உலக வழக்கில் பெண்ணிடம் கேட்கக் கூடாத கேள்வி - வயது எனச் சொல்லுவார்கள். ஆண்களிடம் வருமானம் பற்றிக் கேட்கக் கூடாது எனப் பலர் சொல்லிக் கேட்டிருப்போம். அது போல ஆன்மீக உயர் நிலையில் இருப்பவர்களிடம் ஒன்று கேட்கக் கூடாது.

உங்கள் குரு யார்? - இது தான் அந்தக் கேள்வி.

இந்த கேட்கக்கூடாத கேள்வியைப் பரசுராமர் தனது குரு தத்தாத்ரேயரைப் பார்த்துக் கேட்டுவிட்டார்.

அதற்கு தத்தாத்ரேயர் என்ன பதில் சொன்னார் தெரியுமா?

४.குரு

குரு என்பவர் சர்வாதிகாரி இல்லை. அவரிடம் எதையும் கேட்கக் கூடாது. அவர் சொல்லுவதை செய்துவிட்டுச் செல்ல நாம் அவரது அடிமையும் கிடையாது. குரு என்பவர் நாம் அடைய வேண்டியதை முன்பே அடைந்தவர். அவர் காட்டும் வழியில் நாம் செல்லும் பொழுது பயணம் சுகமாகும். குருவுக்கும் சிஷ்யனுக்கும் இடையே உள்ள உறவு அவ்வளவு எளிதில் விளங்காது. ஆழ்ந்த புரிதல் தேவைப்படும்.

குருவிடம் இப்படி நடக்க வேண்டும் அப்படி நடக்கக் கூடாது என்ற விதிமுறையுடன் அனுகினால் அது நமது ஆணவத்தால் உருவான விதிமுறைகள் என்பதால் அனைத்தும் தகர்ந்துவிடும். குருவின் சாந்நித்யத்தில் சிஷ்யன் தாமாக ஓர் பக்தி நிலைக்கு வந்து எல்லையை வகுத்துக்கொள்வான். குருவின் மேல் இருக்கும் பக்தியால் உருவாகும் இயற்கையான செயல்பாடுகள் மட்டுமே எப்பொழும் நிலைக்கும்.

இந்த உலகில் பல்லாயிரக் கணக்கான குரு சிஷ்யர்கள் இருந்தாலும் ஒரு குருவிற்கும் சிஷ்யனுக்கும் ஆன

உறவு என்பது தனித்துவமானது. கட்டைவிரல் ரேகையைப் போல அனைவருக்கும் இருக்கும்; ஆனால் நமக்கு இருப்பது போல வேறு ஒருவருக்கு இருக்காது.

குருவாக முன்வந்து எனக்கும் எனது குருவுக்கும் நடந்த விஷயம் இது எனச் சொல்லும் பொழுது அந்தக் கதையைக் கேட்கலாமே ஒழிய சிஷ்யன் உங்கள் குரு உங்களை எப்படித் தேர்ந்தெடுத்தார், என்ன விளைவுகளை உங்கள் வாழ்வில் நிகழ்த்தினார் எனக் கேட்பது தவறு. தாயிடம் சென்று அவளது முதல் இரவை பற்றிக் கேட்போமா? அப்படிப்பட்டது இது.

பிற ஆன்மிக மரபில் குருவிற்கு ஒரு குரு இருப்பார். அவரைப் பரம குரு என்பார்கள். பரம குருவிற்கும் ஒரு குரு இருப்பார். அவருக்குப் பரமேஷ்டி குரு என சொல்லி தங்கள் குரு பாரம்பரியத்தை விளக்குவார்கள்.

சித்த மரபில் குருவிற்கு குரு என்ற பாரம்பரியம் கிடையாது. அவர்களுக்கு முன்பு இருந்தவர்களைப் பற்றித் தெரியலாம் அல்லது தெரிந்துகொள்ளாமல் இருக்க முடியும். சித்த மரபில் அனைவருக்கும் ஒரே குரு மட்டுமே. அவர் ஆதி நாதர்.

ஆதி நாதர் வெவ்வேறு வடிவெடுத்து குருவாக வருகிறார். அதனால் குரு பாரம்பரியம் என்பது தொடங்கி, அங்கேயே முடிவடைந்துவிடும். சதாசிவ நாதரின் குரு நந்தி என்ற ஆதி நாதர். சதாசிவ நாதருக்கு சிஷ்யர்கள் இருந்தார்கள் எனக் கொண்டால் அவர்களின் குருவும் ஆதி நாதர் தான். ஆதி நாதர் சதாசிவரின் வழியாக அவர்களை ஆன்மிக உயர் நிலைக்கு அழைத்துச் செல்வார்.

இதனால்தான் பெரும்பாலான சித்தர்கள் அவர்களின் குருவைப் பற்றிப் பேசுவதில்லை. தாயுமானவர், குதம்பைச் சித்தர், கொங்கணர் எனப் பலரைக் கணக்கில் எடுத்தால் அவர்களின் குருவழி தெளிவில்லாமல் இருக்கும். ஆதி நாதரே இவர்களின் குருவாக இருப்பதால் ஒவ்வொருவரும் விளக்க அவசியம் இல்லை.

நிர்வாணமாகவோ அல்லது குறைந்த உடையுடனோ தோன்றும் உடல். தன்னைச் சுற்றி நாய், பசு மற்றும் விலங்கினங்கள் சூழ அமர்ந்திருப்பது. கையில் திரிசூலம், சங்கு மற்றும் ஜப மாலையுடன் தனக்கு முன் இருக்கும் பெரிய விறகுக் கட்டையில் இருந்து எழும் புகையை ஒளி வீசும் கண்களால் பார்த்துக்கொண்டு ஒருவர் அமர்ந்திருந்தால் நீங்கள் சொல்லிவிடலாம் இவர் தான் தத்த நாத்.

கருப்பு நிற நாய் விழிப்புணர்வின் அடையாளம். பக்தியின் அடையாளமாகப் பசு. ரிஷியைப் பெற்றோராகக் கொண்டாலும் பிரிவினைகளைக் கடந்து அதி வர்ணாஸ்ரமம் என அனைத்து உயிர்களையும் சமமாகப் பார்க்கும் அத்வைத சித்தாந்தியாக உலா வருபவர் தத்தர்.

நாத சம்பிரதாயம் என்ற சித்தர் மரபைத் தோற்றுவித்தவர் தத்தாத்ரேயர். இத்தகைய சித்தர் மரபில் காதுகளைத் துளையிட்டு பெரிய வளையத்தைக் காதணியாக அணிவார்கள். தத்த நாதரின் இந்தப் பழக்கத்தை இன்றும் நாத சம்பிரதாயத்தின் அடையாளமாக அணிந்து கொள்கிறார்கள்.

ப்ரணவத்தின் மூன்று தன்மையைத் தன்னகத்தே கொண்டு ஒருமையாகத் தன்னை வெளிப்படுத்தியவர்

தத்த நாத். மூன்று தன்மைகளைத் தன்னிடம் வைத்திருப்பவர் எப்படி ஒரே ஒரு மரபைத் தோற்றுவிக்க முடியும்?

தனது சிவ தன்மையால் நாத மரபையும், தனது விஷ்ணு தன்மையால் தத்த மரபையும் தனது பிரம்ம தன்மையால் ஞான மரபையும் தோற்றுவித்தார்.

தன்னைச் சரணடைபவர்களை உயர் ஆன்மிக நிலைக்கு அழைத்துச் செல்வார். அதே நேரம் தன்னிடம் வாதம் செய்ய வருபவர்களிடம் தன்னை வேறு மாதிரி அடையாளப்படுத்துவார்.

ஆன்ம ஒளியைப் பெற வருபவர்களுக்கு தத்தரின் கைகளில் இருக்கும் திரிசூலம் மற்றும் சங்கு அவர்களின் அறியாமையை விரட்டும் கருவியாக இருக்கும். ஆணவத்துடன் தர்க்கம் செய்ய வருபவர்களின் கண்களில் திரிசூலம் பெண் வடிவமாகவும், கையில் இருக்கும் சங்கு சாராயமாகவும் காட்சி தரும்.

யோகத்தில் இருப்பார் என வந்தால் போகத்தில் இருப்பவர் எப்படி ஞான யோகியாக இருக்க முடியும் என நினைத்து தர்க்கம் செய்ய வருபவர்கள் விலகி போவார்கள்.தத்தரின்வடிவையோவாழ்க்கையையோ அவ்வளவு எளிதாக அனைவரும் புரிந்துகொள்ள முடியாது. தன்னைச் சுற்றிப் பல்வேறு கால பரிமாணத்தில் உள்ளவர்களையும் ஆன்மாக்களையும் வைத்திருப்பார். நமக்கு அவை பசுக்களாகவும் கருப்பு நாய்களாகவும் தெரியும்.

தத்த நாதருக்கு ஆயிரக் கணக்கான சிஷ்யர்கள். லட்சக் கணக்கான பக்தர்கள். அவர்களுள் முதன்மையானவர் பரசுராமர்.

கையில் நீட்டிய கோடாலி அதற்கு முன் ஓங்கி நிற்கும் கோபம் இவைதானே பரசுராமரின் அடையாளம்? தனது தாயைக் கோடாலியால் கூர் போட்டவர் என வரலாறு கொண்டவர். சத்ரிய குலத்தை அழிக்கப் புறப்பட்டவர். தான் யார் என்ற புரிதல் இல்லாமல் அவர் நிகழ்த்திய அவதார மகிமை அது. தான் யார் என உணர்ந்துகொள்ள குருவைத் தேடிப் பயணமானார்.

குரு என விளம்பரம் செய்யும் ஆன்மிகவாதிகளிடம் செல்லுவார். அவர்களிடம் தர்க்கம் செய்வார். தர்க்கத்தில் பதில் இல்லை இல்லை என்றால் கோடாலி பேசும். இப்படியே அவர் சென்ற இடமெல்லாம் தான் குரு என சொல்லிக்கொண்டவர்களின் தலைகள் இவரது கைகளில் இருந்தன.

பரசுராமர் வருகிறார் என்றாலே ஆன்மிகவாதிகள் தலைதெரிக்க ஓடினார்கள். ஓடாவிட்டாலும் தலை காணாமலாகிவிடும். ஒருவர் பரசுராமரைப் பார்த்துச் சொன்னார், நீங்கள் ஏன் வீணாக அலைகிறீர்கள். மத்திய பாரதத்தில் தத்த நாதர் என்ற ஒருவர் உண்டு. அவர்தான் குருவுக்கு எல்லாம் குரு. அங்கே செல்லுங்கள்.

நான் பார்க்காத ஆட்களா? எனது கோடாலி உணராத முட்டாள்களா என்ற தர்க்க உணர்வுடன் வந்த பரசுராமர் அங்கே கண்ட காட்சி அவரை திகைக்கச் செய்தது. வலது கையில் வழியும் மதுக் குடம் இடது கையில் ஓர் அழகிய பெண்ணை அணைத்துக்கொண்டு முழு போதையில் அமர்ந்திருந்தார் தத்தாத்ரேயர்.

இவரையா அனைத்தையும் அறிந்த ஞானி, இறைவனின் முழு உருவம் எனச் சொல்லி அனுப்பினார்கள் என நினைத்தார் பரசுராமர்.

வழக்கம் போலத் தனது கோடாலியை எடுத்தார். தத்தாத்ரேயரை நோக்கி ஒரு அடி எடுத்துவைக்கும் பொழுது அவருக்கு ஓர் எண்ணம் வந்தது.

நம் முன்னால் இருப்பவர் போதையுடன் இருக்கிறார் என்பது நமக்கு என்ன பிரச்சனை? நான் யார் எனத் தெரிந்துகொள்ளவே இங்கே வந்தேன். அவர் எப்படிப்பட்டவராக இருந்தாலும் எனது சுயத்தை உணரும் வகையில் வழிகாட்டினால் போதுமே என நினைத்தார். சுயத்தைப் பற்றி அறிதல் எனும் எண்ணம் உதித்த வினாடி அங்கே மதுக் குடத்திற்கு பதில் சங்கும், பெண்ணுக்கு பதில் திரிசூலமும் தெரிய ஆரம்பித்தது.

கோடாலியால் வெட்டப்பட்ட மரம் சாய்வதை போலத் தன் முன்னால் தன்னைக் காட்டும் குருவின் பாதத்தில் விழுந்தார் பரசுராமர்.

அத்வைத வேதாந்தத்தின் சான்றாகவும் தன்னை அறிதல் எனும் பாதையின் மூலக் கருத்தாகவும் இவர்கள் இருவருக்கும் நடந்த உரையாடல் திரிபுர ரகசியம் என்ற நூலாக விளங்குகிறது.

தத்த நாதர் பரசுராமருக்கு அவரைப் புரிய வைத்தார். அவர் கோபத்தின் அடையாளம் இல்லை - அவர் ஓர் அவதாரம் என உணரச் செய்தார். பரசுராமர் முழுமையான ஞானத்தை அடைந்து கேரள தேசத்தை உருவாக்கி அங்கே ஆன்மிக பாரம்பரியத்தை உருவாக்கினார்.

தத்தாத்ரேயரைப் பற்றிக் கூற வேண்டுமானால் அவரின் சிறப்பு வாய்ந்த ஒரு சிஷ்யரை வைத்து எடைபோட வேண்டி உள்ளது. இறைவனின் அவதாரமே அவருக்கு சிஷ்யர் என்றால் இவர் யார்

எனத் தெரிந்து கொள்ளுங்கள் என நம் ஆணவத்திற்கு சாயம் ஏற்ற வேண்டி உள்ளது.

உண்மையில் மூன்று தன்மையான பரமாத்ம சொரூபமாக விளங்கும் தத்த நாதர் அவரது ஒரு பகுதியான விஷ்ணுவின் அவதாரமான பரசுராமரை உணரச் செய்ததில் என்ன ஆச்சரியம் இருக்க முடியும்?

முழுமையான சொரூபமான தத்த நாதரைப் பார்த்து பரசுராமர் கேட்டார், உங்கள் குரு யார்?

தன்னை உணர்வது தான் நோக்கம் என வந்த பரசுராமருக்குத் தனது குருவின் குரு யார் என்ற கேள்வி எழுந்தது.

எனக்கு 24 குரு இருக்கிறார்கள் என பதில் அளித்தார் தத்த நாதர்.

அஹிம்சையை பூமி இடம் இருந்து கற்றுக் கொண்டேன். காற்றிடம் இருந்து எளிமையைக் கற்றுக் கொண்டேன். வானத்திடம் இருந்து ஆன்மாவின் தன்மையைக் கற்றேன். அக்னியிடம் இருந்து பரிசுத்தத்தை கற்றேன். சந்திரன் மூலம் ஏற்றத் தாழ்வு பிறப்பு இறப்பு போன்ற இருமைகளைக் கடந்து நிலைத்தன்மையை கற்றுக்கொண்டேன். சூரியனிடம் இருந்து ஆன்ம ஒளி பிரகாசிக்கச் செய்வதைக் கற்றுக்கொண்டேன். நீரிடம் இருந்து அனைவரையும் அரவணைக்கும் பண்பைக் கற்றுக்கொண்டேன்.

புறாவிடம் இருந்து இழப்புகள் வந்தாலும் நோக்கத்தை அடையும் வைராக்கியத்தைக் கற்றேன். மலைப் பாம்பிடம் இருந்து தன்னை நோக்கி நமக்கு தேவையானது வரும்; தேடி அடையவேண்டியது இல்லை என்பதை உணர்ந்தேன். தேனீ இடம்

இருந்து பிறரைத் துன்புறுத்தாமல் அவர்களிடம் இருந்து நல்லவைகளை எடுத்து சேமிக்க வேண்டும் என்பதைக் கற்றேன். தேன் சேகரிக்கும் வேடன் மூலம் நாம் சேமிப்பவை நமக்கானது இல்லை என்பதைக் கற்றேன். நீர் பறவையிடம் தேவையானவைகளை மட்டும் வைத்துக்கொள்ள வேண்டும், அனைத்தும் நமக்கு என்ற எண்ணம் இருக்கக்கூடாது என்பதைக் கற்றேன். நதிகள் கலப்பதால் கடல் தன் சுயத்தை இழப்பதில்லை; அது போலக் கடல் மூலம் ஆழமான அசையாத ஞானத்தை கற்றேன்.

விட்டில் பூச்சி ஒளி என நினைத்து நெருப்பில் விழுகிறது, அதன் மூலம் நமது புலன்களை நம்பினால் வீழ்ச்சி என்பதைக் கற்றேன். யானை உணவுக்கு ஆசைப்பட்டு வேட்டைக்காரர்களின் கைகளில் சிக்கி அடிமையாக வாழ்வதைக் கண்டு நாவின் சுவையால் அடிமையாக வாழக்கூடாது என்பதைக் கற்றேன். மான் மூலம் பயத்தால் ஏற்படும் வீழ்ச்சியைக் கற்றேன். தைரியமே நம்மைக் காக்கும் என்பதை உணர்ந்தேன். நம்மை சுற்றி உணவு கொட்டிக்கிடக்க தூண்டிலில் இருக்கும் புழுவுக்கு ஆசைப்பட்டு வீழ்ச்சி அடையும் மீன் போல வெளித் தூண்டுதலில் சிக்கக் கூடாது என்பதைக் கற்றுக்கொண்டேன். விலைமகளிடம் இருந்து சகிப்புத் தன்மையுடன் அனைவரையும் ஏற்றுக்கொள்ளும் தன்மையை கற்றுக்கொண்டேன். குழந்தையிடம் இருந்து ஆர்வமாக இருத்தலும் ஆனந்தத்தையும் கற்றுக்கொண்டேன்.

வீட்டு வேலை செய்யும் கன்னிப்பெண் மூலம் பிறரை நம்மை நோக்கி ஈர்க்காமல் நம் நோக்கத்தில் மட்டும் கவனம் செலுத்துவதைக் கற்றேன். எத்தனை ஆடம்பரங்களும் ஆபத்துகளும் நம்மைச் சுற்றி இருந்தாலும் மகிழ்ச்சியாக அரசு

ஆளும் சகஜ மனநிலையை அரசனிடம் இருந்து கற்றுக்கொண்டேன். தனக்கு என எதையும் வைத்துக்கொள்ளாத, பற்று இல்லாத வாழ்க்கையைப் பாம்பு மூலம் கற்றுக்கொண்டேன். தன்னில் இருந்து உருவாக்கி தானே நடுவில் அமர்ந்து பிரபஞ்சத்தின் அடையாளமாக இருக்கும் பரப்பிரம்ம சொரூபத்தை சிலந்தி மூலம் கற்றுக்கொண்டேன். ஒரே நோக்கத்தில் தீவிரமாக இருந்து தன்னைக் குழவியாக மாற்றும் தன்மையை குழவிக் கூட்டில் இருக்கும் புழுவிடம் இருந்து கற்றேன்.

பரசுராமர் பிரமிப்பில் ஆழ்ந்தார். இவ்வளவு குரு தன்மைகளா என ஆச்சரியம் அடைந்தார். ஒரு மனிதன் தனது சுயத்தை இழந்து அறியாமையில் மூழ்கும் பொழுது சித்த மரபில் தோன்றும் நாதர்கள் இத்தகைய இருபத்து நான்கு வழிமுறைகளைப் பின்பற்றி ஒருவரை உண்மையை நோக்கிச் செலுத்துகிறார்கள் என்பதை உணர்ந்தார்.

தத்த நாதர் தொடர்ந்தார். குரு என்பது ஒருவரே. பல குரு இருக்க வாய்ப்பு இல்லை. ஆசிரியர் பலர் இருக்கலாம். ஆனால் குரு என்ற பதத்திற்குப் பன்மை இல்லை. குரு என்பது ஒரு தன்மையே ஆகும். 24 வெளிப்பாடுகள் என்னில் என்னை உணரச்செய்தது.

என்னில் இருந்தே அனைத்தும் தோன்றியது நானே அனைத்துமாக இருக்கிறேன். என்னைத் தவிர வேறு எதுவும் இல்லை. ஆகையால் நானே அது. என்னிடம் இருந்தே என்னை உணர்ந்தேன் என்றார் தத்த நாதர்.

தன்னை உணர்தலை உலகுக்கு உணர்த்திய ஆதி நாதரின் மனித வடிவமான தத்த நாதரை வணங்கினார் பரசுராமர்.

௯. காலாங்கி நாதர்

சித்தர்கள் தங்களை அடையாளப்படுத்திக் கொள்வதில்லை. அவர்கள் இப்புவிக்கு வருவதும் போவதும் புதிரான ஒன்று. ஆனால் அவர்களது வாழ்வும் செயலும் வரலாற்றில் ஆழமாக நிலைபெற்றுவிடுகிறது. அசாதாரணமான இவர்களின் வாழ்க்கை சாதாரணமானவர்களுக்கு விசித்திரமாக இருப்பதால் சித்தர்கள் இறைவன் என்றே பலரால் உணரப்படுகிறார்கள். அறிவுபூர்வமானதாகவும் ஆழமானதாகவும் தாக்கத்தை ஏற்படுத்துவதால் அவர்கள் பிரம்ம ரூபமாகப் பார்க்கப்படுகிறார்கள். வளமான வாழ்க்கையை ஏற்படுத்தினால் அவர்கள் விஷ்ணுவின் வடிவமாகப் பார்க்கப்படுவார்கள். ஒருவித மாய வித்தையால் மாற்றத்தை உண்டு செய்தால் மஹேஸ்வரனாகப் பார்ப்பக்கடுவார்கள். உண்மையில் இவர்கள் பிரம்மா விஷ்ணு சிவனா என்றால் இல்லை. அதற்கும் மேலே.

குரு கீதையில் ஈஸ்வரன் சொல்லும் வரிகளைப் போல குருவாக வருபவர் சாட்சாத் பரப்பிரம்மா

என்பதே இதற்கு பதிலாகும். முழுமையான வடிவம் கொண்டு உலகில் வரும் சித்தர்கள் நமது கண்களிக்கு நமது இஷ்ட தெய்வத்தின் வடிவாகத் தெரிகிறார்கள். அவர்கள் அனைத்துமாகி இருக்கிறார்கள். நாம் விருப்பப்பட்ட வடிவில் அவர்களை குறுக்கி விடுகிறோம்.

விடிகாலை நேரத்தில் விமானத்தில் பயணிக்கும் பொழுது அதன் ஜன்னல்களில் சூரிய வெளிச்சம் படரும். ஒவ்வொரு ஜன்னல் வழியாகப் பார்த்தாலும் சூரியன் தெரியும். ஒவ்வொன்றும் தனித்தனி சூரியன் அல்ல. ஒரே சூரியன், பல தோற்றம். நாம் அமர்ந்திருக்கும் விமான இருக்கையைப் பொறுத்து நமக்கு சூரியனின் ஒளி கிடைக்கிறது.

காலமும் தோற்றமும் மாயை கொண்டு கட்டமைக்கப்பட்டுள்ளது. நம்முன் ஒரு சித்தன் இருந்தால் அவனைக் கண்டறியும் உணர்வு நமக்கு மழுங்கடிக்கப்பட்டுள்ளது. பல்லாயிரம் சித்தர்களின் கதைகளில் சித்தர்கள் இருக்கிறார்கள்; ஆனால் அக்கதைகளின் காரணகர்த்தாக்கள் சித்தர்கள் அல்ல. மாறாக மாயையில் மூழ்கிய மனிதர்கள்தான்.

மாயை என்ற வஸ்து காலத்தால் உருவாக்கப்பட்டு காலத்தால் உறுதிசெய்யப்பட்டு காலத்தாலேயே அழிக்கப்படும் ஒன்றாகும். காலம் என்ற கடலில் இறந்தகாலம் எதிர்காலம் மற்றும் நிகழ்காலம் என்பவை வெறும் அலைகள். ஆனால் நம்மால் கடலின் புறத்தோற்றத்தை அலைகளைக் கொண்டே உணர முடியும். அலைகள் இல்லா கடல் நம்மை ஈர்க்காது. அலைகளால் ஈர்க்கப்படும் செயலை கடல்கள் தான் செய்கின்றன. அது போலக் காலமே நம்மை அதன் ஒரு பகுதியை மட்டும் கண்டு உணரும்படி கட்டமைத்து இருக்கிறது.

என்றாவது ஒருநாள் காலக் கட்டமைப்பு நம்மை மேலும் அறியாமைக்குள் ஆழ்த்தும் பொழுது அந்தக் கட்டமைப்பை உடைத்து நம்மை விடுவிக்க அந்தக் காலமே உருக் கொண்டு வருகிறது. நமது சித்தர்கள் பல்வேறு நூற்றாண்டுக்கு முன்பு தோன்றினார்கள். இப்பொழுதும் இருக்கிறார்கள். இனி எதிர்காலத்திலும் தோன்றுவார்கள் எனக் கொண்டாலும் உண்மையில் அவர்கள் கால வெளிக்கு அப்பால் எப்பொழுதும் கடல் போல நிரந்தரமாக இருக்கிறார்கள். நமக்குத்தான் அவர்கள் வந்து செல்வதைப் போல இருக்கிறது.

கண்களைச் சிமிட்டினால் இயற்கைக் காட்சிகள் தோன்றி மறைவதைப் போல நமது காலத்தால் அப்படி தெரிகிறது. காட்சிகள் நிரந்தரம். நமது கண் சிமிட்டல் என்பதே தோற்றத்திற்கும் முடிவுக்கும் காரணமாகிறது.

இப்படிக் காலத்தால் கலங்கி நிற்கும் மனித குலத்தை விழிப்படைய வைக்க உலகில் தோன்றியவர் தான் காலாங்கி நாதர்.

காலாங்கி என்றால் காலத்தைத் தன்னில் ஒரு பகுதியாக வைத்திருப்பவர் எனப் பொருள். ஒரு மரத்துண்டு மண்ணில் புதைந்து காலத்தால் கரியாகி பின்பு வைரமாகும். காலாங்கி கைவைத்தால் மரத்துண்டு நேரடியாக வைரமாகும். வைரத்துண்டு நேரடியாக மரமாகும். கால விளையாட்டில் கரை கண்டவரே காலாங்கி நாதர்.

பூமியில் காலத்தின் தலைநகரமான காசியில் தோன்றியவர் இவர். வழக்கம் போல இவரின் பின்புலம் யாருக்கும் தெரியாது. காசியில் உதித்த

இச்சூரியன் தெற்கே தமிழகம் வடக்கே சீனம் வரை தனது கால் சுவட்டைப் பதித்து பல உயிர்களை மாயையில் இருந்து வெளியேற்றியது. காலாங்கி என்பது ஒருவகை சித்த நிலை. பல ஆயிரம் காலாங்கிகள் நமது வரலாற்றில் இருந்திருக்கிறார்கள். நாம் இங்கே குறிப்பிடுவது கஞ்சமலை காலாங்கி நாதர்.

காலாங்கியைப் பற்றி எங்கும் வரலாற்றுக் குறிப்புகள் இல்லை. பல கோவில்களின் தூண்களில் சிலையாக இருக்கிறார். ஏதோ சித்தர் எனக் கடந்துவிடுகிறார்கள். அவர் தமிழகத்தில் சமாதி கொண்ட கோவில்களில் கூட குரு பூஜையோ விழாவோ நடைபெறுவதில்லை. இது காலாங்கியால் அவரே முடிவு செய்து தன்னை அடையாளம் ஒழித்த விஷயங்கள். அவர் அனுமதி இன்றி அவரை காலத்தில் அடக்கிவிட முடியுமா என்ன?

சித்தர்கள் ரசவாதிகள் எனப் பலர் சொல்லிக் கேள்விப்படுகிறோம். ரசவாதிகள் என்றால் எப்பொருளையும் தங்கமாக மாற்றும் திறன் கொண்டவர்கள் என்று பொருள். இப்பெயர் பெறுவதற்கு முழுமையான காரணகர்த்தா காலாங்கி நாதரே ஆவார்.

ரசாயனத்தைக் கொண்டு பொருளின் தன்மையை மாற்றாமல் காலத்தால் அனைத்தையும் தங்கமாக மாற்றினார் காலாங்கி நாதர்.

அறியாமையால் இரும்பு போல வந்தவர்களுக்கு ஞானம் அளித்துத் தங்கமாக ஒளிரச் செய்தவர். தமிழகத்தில் சேலம் அருகே இருக்கும் கஞ்சமலையில் சிறிதுகாலம் வாழ்ந்ததால் இவரைக் கஞ்சமலையன்

என அழைக்கிறார்கள். உண்மையில் ஹிமாலயத்தின் ஒரு சிகரமான கஞ்சன் ஜங்கா சிகரத்தில் வாழ்ந்தவர் காலாங்கி.

சதாசிவ நாதர் திருமந்திரத்தில் குறிப்பிடும் பொழுது நந்தியிடம் மந்திரம் பெற்றவர்கள் ஏழு நபர்கள் என்கிறார்.

மந்திரம் பெற்ற வழிமுறை மாலாங்கன்
இந்திரன் சோமன் பிரமன் உருத்திரன்
கந்துருக் காலாங்கி கஞ்ச மலையனோடு
இந்த எழுவரும் என்வழி யாமே.

திருமூலர் என வழங்கப்படும் சதாசிவ நாதருடன் ஒரே பள்ளியில் படித்தவர் என எடுத்துக்கொள்ளலாம். இவர்கள் எல்லோரும் ஒரே வழியில் வந்தவர்கள் என உறுதிப்படுத்துகிறார். பல காலாங்கிகள் இருந்ததால் கஞ்சமலை காலாங்கி என குறிப்பிடுகிறார் திருமூலர்.

செல்லுமிடம் எல்லாம் கையில் கிடைக்கும் அனைத்தையும் தங்கமாக்கி, கோவில்கள் கட்டுவது இவரது வழக்கம். அரசர்களிடம் தங்கங்களைக் கொடுத்து கோவில்களை எழுப்பச் செய்வார். தமிழகத்தில் பல கோவில்கள் ஒரு காலத்தில் காலாங்கி நாதரின் தங்கத்தால் உருவானவையே.

அருணாச்சல மலையை முழுமையான தங்கமாக மாற்றினார். வழிபாடு நெறி தவறி மக்கள் தங்க மலையை மட்டும் பார்க்க வரும் சூழல் ஏற்பட்டதால் மீண்டும் அதை வேறு உருவாக தெரியுமாறு தோன்றச் செய்தார். ஆன்மீக உயர்நிலைக்குச் செல்லும் சாதகர்களுக்கு திருவண்ணாமலை இன்னும் தங்க வடிவத்திலேயே ஒளிர்கிறது.

மஹான்களுக்கும் இறை அடியவர்களுக்கும் விருந்து அளிக்கும் ஒரு பெண் இருந்தாள். தனது பொருளாதார சிரமங்கள் இருந்தாலும் முடிந்த வரை அடியவர்களுக்கு அமுது படைப்பதைத் தனது முக்கியக் கடமையாகக் கொண்டிருந்தாள்.

பெண்ணின் வீட்டிற்கு அழைக்கப்பட்டார் காலாங்கி நாதர். அன்னதானத்தை சுவைத்து அப்பெண்ணின் உயர் நோக்கத்தை புரிந்துகொண்டு ஆசிர்வதித்தார். காலங்கிநாதர் சென்ற பின் சமையல் பாத்திரங்களைக் கழுவுவதற்குச் சென்று பார்த்த பெண்ணுக்குப் பேரதிர்ச்சி. அனைத்து சமையல் பாத்திரங்கள், உணவு இட்ட இலை அனைத்தும் தங்கமாகி இருந்தன. சமையல் அறையில் இருந்த அரிசி கொப்பரையும் அதில் இருந்த அரிசியும் தங்கமாக மின்னின. அனைத்துத் தங்கங்களையும் சேர்த்து வைத்து தனது ஆயுள் முடியும் வரை அப்பெண் அடியவர்களுக்கு அமுது படைத்தாள்.

சமூகத்தில் ஒரு பெண்ணுக்கு நல்லது நடந்தால் சமூகம் சும்மா இருக்குமா? காலாங்கி நாதரின் இச்செயல் தீயெனப் பரவியது. நிறைமாத கர்ப்பிணிப் பெண் ஒருவள் காலாங்கி நாதரை அழைத்து அமுது படைத்தாள். அடியவர்களுக்கு அமுது படைப்பது அவள் நோக்கம் அல்ல. தனது சமையலறைப் பாத்திரங்கள் அனைத்தும் தங்கமானால் போதும் என்பதே அவளின் நோக்கம். காலாங்கி அமுது ஏற்றுக்கொண்டு விடைபெற்றார். அவள் விரைவாக ஓடிச்சென்று சமையலறையை பார்த்தால் அனைத்தும் அப்படியே இருந்தது. ஒன்றும் நிகழவில்லை. தன்னால் முடிந்தவரை காலாங்கியைப் பற்றி அவதூறு பரப்பினாள். அவருக்குத் தங்கமாக்கும் வித்தை தெரியாது என்றும் அதற்கு நானே சாட்சி எனவும் வாதிட்டாள்.

சில நாட்களுக்கு பின் அவள் குழந்தையைப் பிரசவித்தாள். பிறந்த குழந்தை உயிரற்று இருந்தது. ஆனால் முழுவதும் தங்கச சிலையாக இருந்தது.

காலாங்கியை ரசவாதத்திற்காக விருந்துக்கு அழைத்தவர்கள் இப்பெண்ணின் அவதூறால் இல்லாமல் போனார்கள். அதே நேரம் அப்பெண்ணுக்குத் தங்கத்தால் ஒரு பயனும் இல்லை. தங்கத்தைவிட உயர்ந்த பொருள் ஒன்று உண்டு என உணர்த்தினார் காலாங்கி நாதர்.

பூமியில் ஒருமுறை பெரும் பிரளய வெள்ளம் வரும் என்பதை அறிந்து என்னைப் போன்ற பலரை அழைத்து கஞ்சமலை மேல் கூட்டிச் சென்றார் எனக் கூறுகிறார் போகர்.

போகருக்குக் கஞ்ச மலையில் உபதேசம் செய்து நாத பாரம்பரியத்தில் இணைத்தார் காலாங்கி நாதர். சுமாராக நான்காயிரம் வருடம் பூமியில் இருந்திருக்க வாய்ப்பு உண்டு என்பது பலர் அவர்களின் பாடல்களில் குறிப்பிடுவதன் மூலம் தெரிகிறது.

வட திசையிலும் தென் திசையிலும் வாழ்ந்துவிட்டு பிறகு இமயமலைக்கு அப்பால் இருக்கும் சீன தேசத்திற்குச் சென்றார் காலாங்கி நாதர். முதலில் திபெத் நிலப்பரப்பில் சடங்குகள் கொண்ட தியான மரபைத் தோற்றுவித்தார். கௌவுதம புத்தரின் காலத்திற்குப் பிறகு இது திபெத் புத்த மதமாக மாற்றம் அடைந்தது.

சீன ஆன்மீகத்தின் அடிப்படையாக உள்ள பஞ்ச பூதக் கொள்கைகளை போதித்தவர். சீன பாரம்பரியத்தில் உள்ள பல இந்திய சார்புகொண்ட செயல்பாடுகள் காலாங்கி நாதரால் அளிக்கப்பட்டவை.

போகரைத் தன்னுடன் சீனத்தில் வாழச் செய்தார். இவரிடம் ஜோதிடம் ரசவாதம் மேலும் பல்வேறு ஆன்மீக ரகசியங்களைக் கற்றுக்கொண்டார் போகர். தன்னை எங்கும் வெளிப்படுத்திக்கொள்ளாமல், பிறரை அடையாளப்படுத்துவது காலாங்கியின் வழிப்பாதை.

லட்சக்காண சித்தர்களைக் கொண்ட மரபை உருவாக்கியவர் காலாங்கி. அவரின் சீடர்கள் மூலமே அவர் சீனத்திலும் தென் தமிழகத்திலும் இருந்தார் என அறிய முடிகிறது. உண்மையில் அவர் உலகெங்கிலும் இருந்திருக்கலாம். நம்மால் அவரை உணர்ந்த இடங்களில் மட்டும் தானே பதிவு செய்திட முடியும்?

கஞ்சமலையைத் தனது இருப்பிடமாகக் கொண்டு உலகின் பல திசையில் பயணிக்கும் காலாங்கி நாதர் எப்பொழுதும் இருந்துகொண்டே இருக்கிறார். அவரது இருப்பு, போகர் போன்ற அவரது சீடர்கள் வெளிப்படுவதாலேயே தெரிய வருகிறது.

10. காகபுஜண்டர்

உஜ்ஜைனி மஹா காலேஸ்வரர் ஆலயத்தில் அந்தச் சிறுவன் அமர்ந்திருந்தான். அவனுக்கு ஒன்றும் தெரியாது. அங்கே கேட்ட பஞ்சாட்சர மந்திரத்தைத் தானும் உச்சரித்தான். அதில் லயமானான். ஒரு நாளுக்கு லட்சம் முறை ஜபித்தான். அவனுக்கு இலக்கு ஒன்றும் இல்லை. பிடித்திருந்தது, தொடர்ந்து ஜபம் செய்தான்.

அவனது ஒவ்வொரு அணுவிலும் அந்த மந்திரம் ஊறிக்கிடந்தது. ஒவ்வொரு அணுவும் லட்சம் முறை உருக்கொண்டது அந்த மந்திரம். அவன் வேறு அந்த மந்திரம் வேறு என்ற தன்மை மாறி அவனே அந்த மந்திரம் ஆனான். மந்திரத்தின் பயனாக அவனுக்குக் குரு கிடைத்தார். பல்வேறு ஆன்மீக சாதனைகளைச் செய்து அஷ்டமா சித்தி முதல் பல்வேறு சித்துக்களைப் பெற்ற சித்தனானான்.

முதலில் சொன்ன மந்திரத்தை விடாமல் லயம் செய்துவந்தான். குரு அவனைப் பல்வேறு

உயர்நிலைக்கு அழைத்துச் சென்றாலும் அவனால் ஆரம்பத்தில் சொல்லத் தொடங்கி பஞ்சாட்சரத்தை விடமுடியவில்லை. மந்திரத்தை விட்டுவிட்டால் மனித நிலையில் இருந்து மேலும் உயர்நிலைக்கு செல்லலாம் என குரு சொன்னாலும் அவனால் விடமுடியவில்லை.

குருவின் கோபத்திற்கு ஆட்பட்டு குருவின் சாபம் பெற்றான். இறைவனின் கோபத்திற்கு ஆளானால் குரு காப்பாற்றுவார். ஆனால் குருவின் கோபத்திற்கு ஆளானால் இறைவனாலேயே காப்பாற்ற முடியாது. மந்திரத்தை இலக்கு இல்லாமல் தொடர்ந்து உச்சரித்து வந்ததால் நோக்கம் இல்லாமல் கத்தும் காகமாகப் போவாய் என குரு சபித்தார்.

குருவின் சாபத்தைக் கண்டு நொந்து தன்னை மாய்த்துக்கொள்ளச் சென்றான் அவன். பலகோடி மந்திரங்கள் அவனை உயிர்ப்புடன் வைத்திருந்தன. தனது காலத்தை முடிவுக்கு கொண்டுவர முடிவு செய்தவன், காலத்தின் சூட்சுமமான ஒரு பரிமாணத்தில் சென்று விழுந்தான்.

தன்னை அழித்துக்கொல்ள நினைத்தவன் என்றும் அழியாத வரம் பெற்று இறை நிலையும் இறவா நிலையும் பெற்றான். காலத்தின் கையாக வடிவு கொண்டான். காலத்தின் கைகள் இவனின் கைகளாகியது. கால புஜண்டன் என பெயர் பெற்று நித்திய சஞ்சீவியானான். குருவின் சாபத்தை மறக்காமல் இருக்க தன்னை காக புஜண்டன் என அழைத்துக்கொண்டான்.

காகபுஜண்டர் ஓர் நித்திய சித்தர். அவருக்கு அழிவு இல்லை. பிரளயத்தில் காலத்தைத் தனது கைகளில்

வைத்துக்கொண்டு மீண்டும் இந்த பிரபஞ்சம் உருவாகும் பொழுது காலத்தை வழங்குபவர். ஒவ்வொரு யுகத்திலும் பல்லாயிரம் உயிர் வடிவை எடுத்து அந்தக் காலத்தின் தகவல்களைப் பதிவு செய்துகொள்வார். மீண்டும் பிரளயத்திற்குப் பின் ஒவ்வொரு காலத் தகவல்களை பிரம்மனிடம் கொடுத்து மீண்டும் காலத்தைக் கட்டமைப்பார்.

காகமாக, புலியாக மற்றும் மனித உருவில் என பல்வேறு பிறப்பு இவர் எடுத்தார் என செவிவழிக் கதைகள் உண்டு. சிவலோகத்தில் இறைவனின் ஆனந்த நடனத்தின் வழியில் பூமிக்கு வந்தார் என்றும் புராணக் கதைகள் உண்டு.

கிருத யுகத்தில் மச்ச அவதாரத்தில் இவருக்குப் பங்கு உண்டு. த்ரேதா யுகத்தில் வசிஷ்டருக்குக் குருவாக இருந்திருக்கிறார். துவாபர யுகத்தில் வியாசருக்குக் காலத்தின் உண்மைகளை போதித்திருக்கிறார். கலியுகத்தில் அகஸ்தியர் முதல் போகர் வரை பலருக்கு வழிகாட்டியாக இருக்கிறார் காகபுஜண்டர்.

போகர் தனது நூலில் இவரின் பிறப்பைப் பற்றிப் பதிவு செய்திருப்பது போகரின் வணக்கத்திற்கு உரியவராக காகபுஜண்டர் இருந்திருக்கிறார் என்பதை உறுதிசெய்கிறது.

பக்தியிலும் யோகத்திலும் ஒருங்கே கரை கண்டவர் காகபுஜண்டர். ஞானம், பக்தி மற்றும் யோகம் ஆகிய ஆன்மீகக் கருத்துக்களை நூல் வடிவில் அளித்தவர். அவரின்காலநூல்கள்எனகூறப்படும்ஜோதிடநூல்கள் மனித அறிவுக்கு எட்டாத விஷயங்களாகத்தான் இன்றும் இருக்கிறது. ஞான நூல்களில் வைரமாகக் கருதப்படும் யோக வாசிஷ்டம் என்ற நூலில் வசிஷ்டர், காகபுஜண்டரை பற்றி குறிப்பிடுகிறார்.

தனது மனைவி, பகுளா தேவி என்னும் பெண் நிலையில் உயர் சித்த மரபில் வருபவள் என்றும் குறிப்பிடுகிறார். தன்னைப் பற்றிய சுயசரிதையில் தனது பல்வேறு பிறவிகள் மற்றும் அதன் நோக்கங்கள் பற்றிக் குறிப்பிடுகிறார் காக புஜண்டர். இவரின் கருத்துக்களைப் பிறருக்கு வழங்குபவராகவும் நூல்களைத் தொகுப்பவராகவும் இருந்தவர் பகுளா தேவி. இருவரும் சிவசக்தியின் வடிவமாகப் பல ஆயிரம் சித்தர்களை உருவாக்கினார்கள். இமயம் முதல் குமரிவரை காகபுஜண்டரின் சித்த சாம்ராஜ்யம் விரிந்திருந்தது.

தஞ்சை, சேலம் மற்றும் திருச்சியில் பள்ளிகளை அமைத்து அடிப்படைக் கல்வி முதல் உயர் ஆன்மீகக் கல்விவரை கற்றுக்கொடுத்தார். தனது பல்லாயிரக்கணக்கான பிறப்பால் பல இடங்களில் உடலைச் சமாதி நிலைக்கு ஆட்படுத்தினார். திருச்சிராப்பள்ளியில் அவர் அதிக காலம் வாழ்ந்தார் எனக் கூறுவார்கள். உண்மையில் அங்கே நூற்றுக்கணக்கான பிறப்புகளை எடுத்து காகபுஜண்டரின் சமாதியின் மேல் தான் உறையூர் என்ற ஊர் அமைந்திருக்கிறது. உறையூரில் நீங்கள் சாதாரணமாகத் தெருவில் நடந்தால் குறைந்தபட்சம் காகபுஜண்டரின் இரண்டு சமாதியின் மேலாவது நடந்து சென்று இருப்பீர்கள்.

பிறவா நிலை என்ற மோட்சத்தைக் கேட்கும் சித்த நிலையைக் கடந்து தனது பிறப்பால் அனைவரையும் மோட்சத்திற்கு அழைத்துச்செல்லும் சித்தர் காகபுஜண்டர். அவர் மீண்டும் மீண்டும் பிறப்பது நமது தகவுகளைச் சேகரித்து மீண்டும் காலத்தைக் கட்டமைக்கத்தான்.

காலத்தில் தகவல்களை பதித்து மீண்டும் உலகுக்கு அளிக்கும் இவரின் செயல்பாட்டைப் புரிந்துகொள்ளும் வகையில் எளிய உதாரணம் சொல்வதுண்டு. ராமாயணத்தை இவர் தான் எப்பொழுதும் வைத்திருப்பார் என்றும், வால்மீகி முதல் துளசிதாசர் வரை யாரெல்லாம் இராமாயணம் எழுதுகிறார்களோ அவர்களுக்குச் சொல்லுவது காகபுஜண்டர் எனவும் பல நூல்கள் கூறுகின்றன. ராமாயணத்தின் டேட்டா சோர்ஸ் இவர்தான். இவரிடமிருந்தே அனைவரும் எடுத்து ஆள்கிறார்கள்.

ராமாயணம் இந்தியாவில் மட்டுமல்ல... பல்வேறு தேசங்களிலும் பழங்குடியினரிடமும் காணமுடியும். இதன் மூலம் காகபுஜண்டர் நம்மிடம் மட்டுமல்ல, பல்வேறு இனக்குழுவில் பிறப்பு எடுத்து வாழ்ந்து இருக்கிறார் என்பதையும் புரிந்துகொள்ள முடியும்.

தன்னைக்காகமாகஅடையாளப்படுத்திக்கொள்வதில் காகபுஜண்டர் ஓர் சூட்சமத்தை வைத்திருக்கிறார். சித்த மரபில் துறவு என்பது இல்லை. கூடி வாழ்தல் மற்றும் பகிர்ந்து வளர்தல் என்ற வாழ்க்கை முறையை வெளிப்படுத்தத் தன்னைக் காகமாக வடிவமைத்துக்கொண்டார். ‘குல தந்திரா’ என்று ஒரு வாழ்வியல் முறை உண்டு. காகபுஜண்டரால் உருவாக்கப்பட்டு நாதப் பாரம்பரியத்தில் இன்றும் வாழ்வியல் முறையாக இருக்கிறது.

குடும்பமாக, குழுவாக ஓரிடத்தில் வாழ்ந்து பல்வேறு ஆன்மீக விஷயங்களை உலகுக்கு அளித்த ரிஷிகளை நமக்குத் தெரியும். ரிஷிகள் ஆசிரமங்களை அமைத்து தனது ரிஷி பத்தினிகள், குழந்தைகளுடன் வாழும் அந்த வாழ்வியல் முறையை நமக்கு அளித்தவர் காக புஜண்டர். ரிஷிகளை குழுக்களாகக் கொண்டு வாழும்

முறையை வடிவமைத்ததால் காக புஜண்ட மகரிஷி என்றும் இவரை அழைக்கிறார்கள்.

ரிஷிகளுக்கு எல்லாம் ரிஷி. சித்தர்களுக்கு எல்லாம் சித்தர். காலங்களுக்கு எல்லாம் காலமாக இருப்பவர் காகபுஜண்டர்.

இமாலயத்தில் பத்ரிநாத் பகுதிக்குத் தென்கிழக்கில் இவருக்கு ஆசிரமம் இருந்தது. இன்றும் அங்கே இருக்கும் அற்புதமான ஏரி இவரின் பெயரால் வழங்கப்படுகிறது. காகபுஜண்ட ஏரிக்கு சென்று வருவது என்பது செத்துப் பிழைப்பதற்கு சமம். அத்தகைய இடத்தில் ஒருவர் பல பிறப்புகளில் வாழ்ந்து இருக்கிறார் என்பதே இவரின் ஆற்றலை விளக்கும். அது மட்டுமல்ல... பல யுகங்களில் அவர் தோன்றி மறைந்ததால் அவரின் பல்வேறு பிறப்புகளில் உருவான சமாதிகளும் வரலாறுகளும் எங்கும் பரவிக்கிடக்கின்றன.

பகுளாதேவி என்பவர் இவருக்கு மனைவி எனப் பலர் குறிப்பிடுகிறார்கள். குல தந்திரா மரபில் ஆன்மீக குருவை அனைவரும் துணையாகக் கருதுவார்கள். அதுபோல பகுளா தேவி இவரை குருவாக கொண்டவர். மேலும் ரோமரிஷி போன்ற பல்வேறு ரிஷிகள் காகபுஜண்டரின் குழந்தையாக இருந்தார்கள். பல்வேறு துணை மூலம் குலதந்திரா பாரம்பரியத்தை வெளிப்படுத்தினார் காகபுஜண்டர்.

வடஇந்தியாவில் இருக்கும் பெரும்பான்மையான சாஸ்திரங்கள் மற்றும் கலைகளுக்கு மூலமாக இருப்பவர் காகபுஜண்டர். அவர் அளித்த தகவலின் பேரால் உருவானது என அவரை வணங்கி நூல்களைத் தொடங்குகிறார்கள்.

நாடி ஜோதிடம் என்ற ஒருவகை ஜோதிடம் இப்பொழுதும் அமானுஷ்யமாக பார்க்கப்படுகிறது. நாடி ஜோதிடத்தை உருவாக்கியவர் காகபுஜண்டர். காலத்தைத் தகவலாக சேமித்து ஒருவகை வடிவமைப்பில் *(pattern)* வைத்துக்கொண்டு அதை மீண்டும் தரவுகளாக எடுக்கும் சூட்மத்தை உருவாக்கினார் காகபுஜண்டர். அவருக்குத்தான் அனைத்து யுகங்களும் பிரளயங்களும் தெரியுமே... அதனால் அவற்றை ஒருங்கிணைத்து பிரபஞ்ச ஆற்றலில் பதிவு செய்துவைத்தார். காகபுஜண்டர் அதற்கு ஒரு பாஸ்வர்ட், யூசர் நேம் போன்றவை அளித்து பாதுகாத்தார். அவை இன்றும் மந்திரவடிவில் இருக்கின்றன.

காகபுஜண்டரின் அந்த மந்திரத்தை உருவேற்றினால் அனைத்துக் காலத் தகவல்களும் தெரியவரும். இதற்கு 'காகபுஜண்டர் ஜீவ நாடி' என்று பெயர். ஓலைச் சுவடியிலோ அல்லது கிரகநிலை வைத்தோ சொல்லுவது அல்ல. காலப் பெருவெளியில் நம்மை மந்திரம் மூலம் இணைத்துக் கொண்டால் வெற்றுத்தாளில் உங்களுக்குத் தெரிந்த மொழியில் தகவல்கள் வரும். எங்கோ இருக்கும் கம்பூட்டர் சர்வரில் இருந்து நமது ஸ்க்ரீனுக்குத் தகவல் ஒளிபரப்பப்படுவதை போல ஜீவநாடி செயல்படும்.

முதல் களவுட் சர்வர் நம் காகபுஜண்டரின் சர்வர் என சொல்லிக் கொள்ளலாம். சாஸ்திரங்களில் யோகம், ஜோதிடம் மற்றும் கலைகள் ஆகியவற்றில் இவர் முதலாவதாக இருக்கிறார். இந்தியப் பாரம்பரியத்தின் அனைத்து கலை சாஸ்திரங்களையும் நூல் பிடித்துச் சென்றால் முதலில் இருப்பவர் இவர் தான். இவரின் பல்வேறு பிறப்பால் இவரைப் பற்றிய ஆயிரம் ஆயிரம் அற்புதக் கதைகள் புனையப்பட்டு இருக்கின்றன.

கதைகளைவிட இவர் காலத்தின் பெட்டகமாக இருக்கிறார் என்பதைப் புரிந்து கொள்வது அவசியம்.

சித்தர்களின் உலகில் இவரை தவிர்க்க முடியாது. சித்தர்களுக்கான தகவல் களஞ்சியம் இவர் என்பதால் காகபுஜண்டர் இல்லாமல் 'சித்த வித்யா' என்ற அறிவு நிகழ்வதில்லை.

சித்தர்களில் மூன்று வகை உண்டு. நம் உலகுக்கு அப்பாற்பட்ட நிலையில் இருக்கும் உலகில் வாழ்வார்கள், அவர்களின் தேவை வரும்பொழுது இங்கே வருவார்கள். இரண்டாம் வகையினர் இந்த உலகில் இப்படியாகப் பிறக்க வேண்டும் எனத் திட்டமிட்டு வருவார்கள், அவர்களின் வாழ்க்கை முடிவடைந்ததும் மீண்டும் அவர்களின் உலகுக்கு செல்லுவார்கள். மூன்றாம் வகையினர் அவர்கள் பிறக்கும் பொழுது அவர்கள் யார் என அவர்களுக்கே தெரியாது. முதல்நிலைச் சித்தர்களால் தூண்டப்பட்டு சித்த நிலை அடைவார்கள். பிறகு உடலை விடுத்து அவர்கள் சித்த உலகுக்கு செல்லுவார்கள்.

சித்தர்களின் இந்த மூன்று வகையில் முதல் தன்மை கொண்ட சித்தர்களை பார்த்தோம். இனி இரண்டாம் தன்மை கொண்ட சித்தர்களை பற்றிப் பேசுவோம்.

11. தங்க மீன்

சித்தர்கள் இயல்பாகப் பிறப்பதில்லை. தாய் வழியில் பிறக்கும் பொழுது கர்மவாசனையால் அவர்களின் சித்த நிலை மறக்கப்பட்டு விடுவார்கள் என்பதால் சதாசிவ நாதர் போல உடல் எடுத்து வருகிறார்கள். முதல் நிலைச் சித்தர்கள் இவ்வாறு பிறப்பு இறப்பு இல்லாத கால வெளியில் இருக்கிறார்கள். இரண்டாம் நிலைச் சித்தர்கள் குறிப்பிட்ட நோக்கத்திற்காக வந்து செல்வார்கள். அவர்களின் தோற்றம் நமக்கு தெரியாது. மூன்றாம் நிலையில் இயல்பு மனிதர்களைப் போல பிறந்து சித்த காரியங்கள் புரிந்து உடலை விடுவார்கள். இதை ஞாபகம் வைத்துக்கொள்ளுங்கள். இப்பொழுது நான் சொல்லப்போகும் சித்தர் எந்த அடைவுக்குள் வருவார் என்பதைப் புரிந்துகொள்ள உதவும்.

வங்காளத்தின் ஒரு பகுதி. கங்கை, கடலில் கலக்கும் இடம். அங்கே மீன் பிடித்துக் கொண்டிருந்த மீனவனொருவன் வித்தியாசமானதொரு மீனைக் கண்டான். தங்க நிறத்தில் ஒளி வீசிய, விரல் நீளம் கொண்ட மீன் அது. அதைப் பிடித்து நீர் இருந்த

ஒரு சிறிய பாத்திரத்தில் போட்டுக் கொண்டான். கரையை அடைந்ததும் அந்தப் பாத்திரத்தை திறந்து பார்த்தால் அந்த மீன் பாத்திரத்தின் அளவுக்குப் பெரிதாகி இருந்தது. அதை எடுத்து ஒரு பானைக்குள் போட்டுவிட்டு அன்று மாலை பார்த்தால் அது பானை அளவுக்குப் பெரிதாகி இருந்தது. வீட்டில் இருந்த பெரிய தொட்டியில் போட்டதும் சில நிமிடத்தில் தொட்டியின் அளவுக்கு நிறைந்து இருந்தது. சிறிய மீன் அசுரத்தனமாக விரிவடைவதைப் பார்த்த மீனவன் மீண்டும் அதைக் கடலுக்குள் கொண்டு விட முடிவு செய்தான்.

தனது படகில் மீனை ஏற்றிக்கொண்டு கடலுக்குச் சென்றான். கடலுக்குச் சென்று அதைக் கடலில் விட்டதும் ஒரு தீவு அளவுக்கு பெரிதானது. மீனவனின் படகை முதுகில் ஏற்றிக்கொண்டு கடலில் பல இடங்களுக்கும் சுற்றித் திரிந்தது. அது சாதாரண மீன் அல்ல என உணர்ந்த மீனவன், "நீ யார்..?" எனக் கேட்டு கைதொழுது நின்றான்.

"நான் நாதன். ஆன்மீகத்தை உணர்த்த அவதரித்திருக்கிறேன்" என்றது மீன்.

மீனவன் சிறிது தைரியத்தை வரவழைத்துக்கொண்டு, "உனது உருவம் எனக்குப் பயத்தை வரவழைப்பதாக இருக்கிறது. எனக்குப் பல காலமாகக் குழந்தை இல்லை. எனக்குக் குழந்தையாக உருவெடுத்து வருவாயா?" என்று கேட்டான்.

"நிச்சயம் வருகிறேன். ஆனால் ஒரு நிபந்தனை... என்னைக் கேள்வி கேட்கக்கூடாது. ஏதாவது கேள்வி கேட்டால் உன்னை விட்டு விலகி விடுவேன்" என்றது நாத மீன்.

படகை முதுகிலிருந்து இறக்கிவிட்டு கடலிலிருந்து உயரக் குதித்து, உடலைக் குழந்தையாக மாற்றி, ஒரு இறகு வீழ்வதைப் போல மெல்லக் குழந்தை வந்து படகில் இறங்கியது.

மிகவும் சந்தோஷத்துடன் மீனவன் குழந்தையை வீட்டுக்கு அழைத்துச் சென்றான். அவனுக்குத் தெரியாது அந்த சந்தோஷம் ரொம்ப நாள் நீடிக்கப் போவதில்லை என்பது.

மீனில் இருந்து தோன்றியதால் அவனை மச்சீந்திர நாத் என அழைத்தனர். இவரது தோற்றம் பற்றி மற்றொரு கதையும் உலாவருகிறது. பெரிய மீனைப் பிடித்த மீனவன் அதை வெட்டும் பொழுது அதன் வயிற்றுக்குள்ளே ஒரு குழந்தை இருந்தது; அதுவே மச்சீந்திரர் என்பார்கள். மீன் மூலம் வந்ததால் மச்சீந்திரர் என அழைக்கப்பட்டார்.

மீனவர் வீட்டில் வளர்ந்தது அந்தக் குழந்தை. புரியாத பாஷைகளில் பாடல் பாடி, நடுநிசியில் ஆட்டம் ஆடி தனது இயல்பு இது தான் என்பதை வெளிப்படுத்தினார். மீன் பிடித்த தந்தைக்கு இது தெய்வீகப் பிறவி எனத் தெரிந்தது. அவரது மனைவிக்குக் குழந்தையின் நடத்தை குழப்பமாக இருந்தது.

ஏதோ பேய் பிடித்திருக்கிறது என நினைத்து ஊரின் பெரிய மந்திரவாதியை அழைத்து வந்தார். வீட்டில் இருப்பதே பெரிய மந்திரவாதி என்பதை உணராமல் பேய் விரட்டும் பூஜைக்கு அனைத்தையும் தயார் செய்தார். வெளியே விளையாடிவிட்டு வீட்டுக்குள் வந்த மச்சீந்திரர் மேல் குங்குமம் தூவப்பட்டது. அதுவரை அனைத்தும் நன்றாகச் சென்று கொண்டிருந்தது.

மந்திரவாதியையும் அவர்கள் உடன் வந்தவர்களையும் ஒரு பார்வை பார்த்தார் மச்சீந்திரர். அவ்வளவு தான். அவர்கள் கைகால்கள் செயல் இழந்து மயக்கமடைந்தார்கள். சிறுவன் மேல் தூவப்பட்ட குங்குமம் சும்மா கீழே கொட்டி கிடக்கவில்லை. மச்சீந்திர நாத் என்ற பெயர் வடிவில் விழுந்திருந்தது. அந்தச்சிறுவனிடம் இருந்து காப்பாற்ற மந்திரவாதியை வண்டியில் தூக்கிப்போட்டுக்கொண்டு சென்றார்கள். இச்செயலுக்குப் பிறகு மச்சீந்திரர் புகழ் இரண்டு வகையாகப் பரவியது. பெரும் பேய் பிடித்த சிறுவன் என்றும், மந்திரவாதியையே சாய்த்துவிட்டான் என்றும் கூறினார்கள். மறுபக்கம் இவன் அசாதரணன், பேய் என நினைத்து கடவுளிடம் மோதிவிட்டார்கள் என கருத்துகள் சிறகடித்தன.

பேய்ச் செயலோ கடவுளின் செயலோ. அன்று நிகழ்ந்தது, சிறுவன் மச்சீந்திரனுக்குச் சாதகமாக அமைந்தது. மீனவக் குப்பத்தில் அவன் ஏதேனும் அதிசயம் நிகழ்த்தினால் இச்சம்பவத்திற்கு பிறகு அதை ஏற்றுக் கொண்டனர். பெரும் நோய் வந்து யாரும் மீன் பிடிக்கச் செல்ல முடியாமல் இருந்த காலத்தில் அவர்களின் மீன் கூடை முழுவதும் நிரம்பி இருந்தது. புயல் தாக்கிய காலத்திலும் அவர்கள் வீடுகள் வீழாமல் இருந்தன. கடலில் ஏதேனும் அசம்பாவிதம் நிகழும் என்றால் ஒரு நாள் முன்னதாக மச்சீந்திர நாதர் கடற்கரைக்குச் சென்று அமர்ந்து கடலைப் பார்த்துப் பேசிக்கொண்டிருப்பார்.

நாளடைவில் அவரது தாயாரும் தனது குழந்தை தெய்வீக அம்சம் நிறைந்தது என உணர்ந்தார். ஒரு நாள் காலை இரண்டு குதிரை வீரர்கள் வாசலில் வந்து நின்றார்கள். கையில் ஒரு ஓலை வைத்திருந்தனர். வங்காள அரசனுக்கு நோய் கண்டிருக்கிறது.

உங்கள் மகனை அனுப்பி அவரைக் குணமாக்கச் சொல்லுங்கள் என்றார்கள். அரண்மனையிலிருந்து செய்தி என்றதும் தாய் தந்தையர்கள் மிகவும் மகிழ்ச்சி அடைந்தார்கள். வெளியே சென்ற மகன் திரும்பி வரும்வரை காத்திருந்து வந்தவுடன் செய்தியைச் சொன்னார்கள்.

“பிரஜைகளை குணமாக்கிய உனக்கு அரசனை குணப்படுத்துவது ஒன்றும் பெரிய காரியம் இல்லை. வா, சென்று வரலாம்” என்றனர். புன்புறுவலுடன் மறுத்தார் மச்சீந்திரர். அரசரின் கட்டளை என்று சொல்லியும் அசையவில்லை. சில நாட்களில் அரசர் இறந்து போனார். அரச குடும்பத்தின் கோபம் மச்சீந்திரர் மீது திரும்பியது. மச்சீந்திரரை குண்டுக்கட்டாகத் தூக்கிவரச் சொன்னார்கள். தற்சமயம் இறந்த அரசனின் வாரிசு, அரசனாக இருந்தார்.

புதிய அரசருக்கு முன் நிறுத்தப்பட்டார் மச்சீந்திரர். நன்றாக மிரட்டப்பட்டார். “அடுத்த முறை அழைத்ததும் வரவில்லை என்றால் உன் தாய் தந்தை உயிருடன் இருக்க மாட்டார்கள்” என்றார் அரசர்.

அசுரர்களுக்கு மரண பயத்தைக் காட்டிய தெய்வீகம் இங்கே மீன் உடலில் வந்திருக்கிறது என எப்படிச் சொல்லி புரியவைப்பது? எந்த அசைவும் இல்லாமல் அரண்மனையிலிருந்து கிளம்பி வீட்டுக்கு வந்தார் மச்சீந்திரர். அன்று இரவு பெரும் நில நடுக்கம். எந்த சேதமும் இல்லை. அரண்மனை மட்டும் பூமிக்குள் புதைந்து இருந்தது. அரண்மனையில் வசித்த அரச குடும்பத்தினர் அனைவரும் பூமியில் ஐக்கியமாகி இருந்தனர்.

அரண்மனையில் மச்சீந்திரர் நடத்தப்பட்ட விதம் எதுவும் தந்தைக்குத் தெரியவில்லை. மீனவருக்கு அரசர் அழைத்ததும் பெரும் மதிப்பும் புகழும் கிடைக்கும் என்றே நினைத்திருந்தார். அங்கே தனது குழந்தை அவமானம் அடைந்திருக்கும் என்பது அவருக்குப் புரிய வாய்ப்பு இல்லை. அரண்மனை மண்ணுக்குள் புதைந்தது என்ற செய்தியைக் கேட்டதும் தனது குழந்தையில் லீலை இது என புரிந்துகொண்டார். மச்சீந்திரரை எத்தனை தெய்வீகமாகப் பார்த்தாரோ, அத்தனை கொடூரமாகப் பார்க்கத் துவங்கிவிட்டார்.

கல்யாண வயதை அடைந்தார் மச்சீந்திரர். தாயார் அவருக்குப் பெண் பார்க்கத் துவங்கினார். யாரும் பெண் கொடுக்கத் தயாராக இல்லை. இயல்பான மனிதர்களுக்கே பல்வேறு கேள்விகளைக் கேட்கும் காலத்தில், மீன் பிடிக்கச் செல்லாத மீனவனுக்கு யார் பெண் கொடுப்பார்கள்? ஏதோ கல்யாணம் ஆனால் போதும் என்ற நிலைக்கு வந்துவிட்டார்கள் பெற்றோர்கள். எந்தப் பெண் கிடைத்தாலும் சரி என்று தேடத் தொடங்கினார்கள்.

“எனக்குத் திருமணம் வேண்டாம்” என்றார் மச்சீந்திரர். அதிர்ச்சி அடைந்த பெற்றோர்கள் சன்யாசியாகும் எண்ணத்தில் இருக்கிறார் என்று நினைத்தர்கள். ஏதோ முணுமுணுத்தவாறே சென்றார் மச்சீந்திரர்.

“ஒரு கல்யாணம் செஞ்சு நான் என்ன செய்ய..? எனக்கு முப்பத்தி அஞ்சாயிரம் மனைவிகள் வேணும்” என்று முணுமுணுத்தவாறே நடந்தார். அதுவரை பொறுமையாக இருந்த தந்தை, அரச குடும்பத்தைக் குழிதோண்டிப் புதைத்தவன் என்கிற கோபத்தில், “உன்னைப் போன்ற மீனவனுக்கு ஒரு பெண்

கிடைப்பதே அதிசயம். இதில் முப்பத்தஞ்சாயிரம் பொண்ணு கட்டுவாராம். என்ன பைத்தியக்காரத்தனம் இது? நீ என்ன அரசனா உனக்கு ஆயிரம் பேரு பெண் கொடுக்க?'' என எதிர்த்துக் கேள்வி கேட்டார். இத்தனை வருடங்கள் கேள்வி கேட்காமல் இருந்தவர் அந்த நிபந்தனையை உடைத்தார்.

அடுத்த நாள் காலை வெறும் படுக்கை மட்டுமே இருந்தது. கடற்கரைக்குச் சென்று இருப்பான் என்று நினைத்தனர். ஆனால் இனி அவன் இந்தக் கடலுக்கே வரப்போவதில்லை என அவர்கள் புரிந்துகொள்ளப் பல நாட்கள் ஆயின.

வங்காளத்திலிருந்து புறப்பட்ட மச்சீந்திரர் இமாலயத்துக்குச் சென்றார். அங்கே பல்வேறு நாதர்களுடன் வசித்து பிறகு உத்திரகாண்ட் எனத் தற்சமயம் அழைக்கப்படும் இமயமலையின் அடிவாரத்திற்கு வந்தார்.

பலாப்பழத்தை ரொம்ப நாட்கள் மறைத்து வைக்க முடியாது என்பதைப் போல மச்சீந்திரரின் புகழ் பரவியது. பல்லாயிரக்கணக்கான மனிதர்கள் வந்து ஆன்மீக முன்னேற்றம் அடையும் ஸ்தலமானது. ஹத யோகம் மற்றும் தாந்திரீகம் எனப் பல்வேறு தலைப்பில் நூல்களை அளித்து மக்களை ஆன்மீக உயர்நிலைக்கு எடுத்துச் சென்றார். நாத சம்பிரதாயத்தில் அனைவராலும் வணங்கப்படும் நிலையில் இருக்கிறார். கௌல மார்க்கம் என்ற குல மார்க்கத்தை உருவாக்கியதில் காக புஜண்டருக்குப் பங்கு உண்டு என்றால், அதை சாதாரண மனிதர்களுக்கு உதவும் வாழ்வியல் முறையாகக் கொண்டு சேர்த்தது மச்சீந்திரர்.

ஆன்மீக உயர் நிலையில் இருந்த இந்த மச்சீந்திரர் அவரது தாய் தந்தையிடம் சொன்னதை அடைந்தாரா? அவருக்கு முப்பத்து ஐயாயிரம் மனைவிகள் கிடைத்தார்களா?

பார்க்கலாம்.

12. ராஜ சித்தர்

'நான் நிரந்தரமானவன். எனது பெற்றோர் பைரவியும், பைரவனும்' என பிரகடனப்படுத்திக் கொண்டார், மச்சீந்திரர். இமயமலை அடிவாரம் மற்றும் காஷ்மீரத்தில் தனது ஆசிரமங்களை உருவாக்கி, குழுவாக வாழும் வாழ்க்கை முறையை வழிப்படுத்தினார். தமிழகத்தில் 'மச்ச சித்தர்' என்று அழைக்கப்பட்டு சித்த மரபில் இவரின் புகழ் சொல்லப்பட்டுள்ளது.

நாத சம்பிரதாயத்தை உலகின் அனைத்துப் பகுதிக்கும் கொண்டு சென்றார் மச்சீந்திர நாதர். அவரது வழிகாட்டுதலில் ஆயிரக்கணக்கானோர் பின்தொடர்ந்தனர். அதில் பல நூறு பேர் நாத சம்பிரதாயத்தின் ஆன்மீகப் புகழ் பெற்றவர்களாகவும் விளங்கினார்கள்.

மச்சீந்திர நாதரின் ஒரு சிஷ்யராக இருந்தவர் நேபாள மன்னர். தனது அரசுப் பதவியை மச்சீந்திர நாதரிடம் சமர்ப்பித்து தான் ஒரு சாதாரண சிஷ்யராக அவருடன்

வாழ்ந்தார். மச்சீந்திரர் நேபாள மன்னராகப் பல ஆண்டுகள் ஆட்சி செய்து மக்களிடம் நன்மதிப்புப் பெற்றார். நேபாளத்தில் மன்னனாக இருக்கும் சமயம் கௌல தந்திர முறைகளை நெறிப்படுத்தி, பல மனைவிகளை மணந்து அனைவராலும் கொண்டாடப்பட்டவராக வாழ்ந்தார்.

இந்திரனின் அம்சம் என அழைக்கப்பட்டதால் அவர் சுகபோகங்களில் முற்றிலும் ஆழ்ந்து அதன் வழியாகவும் ஆன்மீக மேம்பாடு அடைவதை உலகுக்கு உணர்த்தினார். துறவு போன்றவற்றை விடுத்து முப்பத்தி ஐந்தாயிரம் மனைவிகளுடன் அவர் வாழ்ந்தார். இந்த எண்ணிக்கையில் ஆண், பெண் மற்றும் திருநங்கைகளும் அடங்குவர். அன்று பெற்றோர்களிடம் வங்காளத்தில் சொன்னதை நேபாளத்தில் செயல்படுத்தினார். சில ஆண்டுகள் தன் சுயத்தை இழந்து ஆழ்ந்த யோக சமாதியில் இருந்தார். இவரின் சிஷ்யர் கோரக்கர் இவரை மீண்டும் சுய உணர்வுக்குக் கொண்டு வந்தார்.

நேபாள நாட்டின் வரலாற்றில் பெரும் சகாப்தமாக இருக்கிறார் மச்சீந்திர நாதர். இன்று வரை நேபாளத்தில் இவரது வழிவந்தவர்களே ஆட்சி செய்கிறார்கள். நேபாள மன்னர் அரண்மனையில் இன்றும் மச்சீந்திர நாதர் கைப்பட எழுதிய புத்தகங்கள் மற்றும் குறிப்புகள் பாதுகாக்கப்படுகின்றன.

நேபாள மக்கள் இவரை இறைவனின் அவதாரமாக வந்தவர் என உணர்ந்து அரண்மனையில் ஒரு கோவில் அமைத்தார்கள். ஆண்டுதோறும் தேர்த் திருவிழா போன்ற கொண்டாட்டங்கள் நடைபெறுகின்றன.

'ஹதயோகம்' என்ற பாதையை உருவாக்கி தற்காலத்தில் பிரபலமாக இருக்கும் ஆசனங்களைத்

தோற்றுவித்தவர் மச்சீந்திர நாதர். யோக ஆசனங்கள் உருவாகக் காரணமானவர். உலகெங்கிலும் ஆசனங்கள் செய்வதற்கு இவர்தான் காரணம். ஆனால் ஆசனங்கள் செய்யும் பலருக்கு இவர் யார் என்றே தெரியாது என்பதுதான் வேடிக்கை.

திபெத்திய புத்தமதமும், வஜ்ராயன புத்தமதமும் இவரை வணங்கத்தக்க புத்தராக வழிபாடு செய்கிறார்கள். நேபாளத்திலிருந்து அவர் காஷ்மீர் மற்றும் திபெத் ஆகிய இடங்களுக்குச் சென்று புதிய மடங்களையும் ஆன்மீகப் பாதையையும் தோற்றுவித்தார்.

பல நூறு வருடங்கள் வாழ்ந்த வரலாறு மச்சீந்திரருக்கு உண்டு. அவர் உடலை விடுத்தார் என்றோ அவர் சமாதி அடைந்த இடம் என்றோ எதுவும் இல்லை. மச்சீந்திரர் சொன்னதைப் போலவே நிரந்தரமானவராக இருக்கிறார்.

சிலரின் வாழ்க்கையைத் தனியாகச் சொல்லிவிட முடியாது. மச்சீந்திரர் பற்றிச் சொல்லும் பொழுது அவரின் முக்கியச் சீடரான கோரக்கரைப் பற்றிச் சொல்லாமல் முழுமையடையாது. பல்லாயிரம் சீடர்கள் மச்சீந்திரருக்கு உண்டு. கோரக் என்ற ஒரு நிலையில் சிஷ்யர்களை அடையச்செய்வது மச்சீந்திரரின் ஆன்மீக வழி. கோரக் என்ற நிலையை அடைந்தவர்களை கோரக்ஷர்கள் என அழைப்பார்கள். மச்சீந்திர நாதரின் வாழ்க்கையில் பல கோரக்ஷர்கள் உண்டு. ஆனால் கோரக்நாத் என்பவர் ஒருவரே ஆவார்.

கோரக்நாத் மச்சீந்திரரை வந்து அடைந்த வழிமுறை மிகவும் சுவாரசியமானது. இமாலய மலையில்

மச்சீந்திரர் வசிக்கும் பொழுது அவரைக் காண ஓர் இளைஞன் வந்து தன்னை நாத வழியில் ஏற்றுக்கொள்ள வேண்டும் என வேண்டினான். சிஷ்யனாக நாத சம்பிரதாயத்தில் இணைவது என்பது, அதுவும் மச்சீந்திரரிடம் இணைவது சாதாரணமான காரியம் அல்ல. மச்சீந்திரர் அவனது வைராக்கியத்தைச் சோதிக்க எண்ணினார்.

"நான் உன்னைச் சிஷ்யனாக ஏற்றுக்கொள்ள முடியாது. உனக்கு அடுத்த பிறவியில்தான் அதற்கான வாய்ப்பு உண்டு." எனக் கூறினார். உடனே தனது இடுப்பிலிருந்த குறுவாள் ஒன்றை எடுத்து, தனது கழுத்தை அறுத்து, மச்சீந்திரரின் மடியில் வீழ்ந்து இறந்தான் அந்த இளைஞன்.

அவன் உடலை எரித்து, சாம்பலை ஒரு பையில் வைத்து இருந்தார் மச்சீந்திரர். சில காலத்திற்குப் பிறகு ஒரு வீட்டிற்கு விருந்துக்கு அழைக்கப்பட்டார். அங்கே விருந்து ஏற்றுக்கொண்டு அனைவரையும் ஆசிர்வதித்தார். அந்த வீட்டின் பெண் தனக்குத் திருமணம் நடைபெற்று பல ஆண்டுகள் குழந்தை இல்லை என்று தனக்குக் குழந்தை பாக்கியம் அளிக்கும்படி வேண்டினாள்.

தனது வசம் இருந்த அந்தச் சாம்பலை அந்தப் பெண்ணுக்கு அளித்து ஆசீர்வதித்தார். சாம்பலைப் பெற்றுக்கொண்ட அந்தப் பெண், மச்சீந்திரரின் ஆசீர்வாதம் மேல் சந்தேகம் கொண்டு, சாம்பலை வீட்டின் பின்புறம் உள்ள தோட்டத்து சாம்பல் குழியில் வீசினாள்.

பன்னிரு வருடங்கள் கழித்து அந்த வீட்டிற்கு வந்து மச்சீந்திரர், "நான் ஆசி வழங்கிய உனக்குக்

குழந்தை பிறந்து இருக்குமே" என்று கேட்டார். தனது சந்தேகத்தால் சாம்பலை வீசிவிட்டதைச் சொன்னாள். சாம்பல் குழிக்கு அருகே சென்று, "கோரக்கா, எழுந்து வா" என அழைத்தவுடன் சாம்பல் குழியில் இருந்து பன்னிரண்டு வயதுப் பையன் ஒருவன் எழுந்து வந்தான். கோரக்கரை அழைத்துக்கொண்டு வெளியேறினார் மச்சீந்திரர்.

கோரக்கர் மற்றும் மச்சீந்திர நாதர் இருவரின் வாழ்க்கையை இணைத்து, பல நூறு கதைகள் சித்தர் மரபில் இருக்கின்றன. குரு-சிஷ்ய கதைகள் கூட கோரக்க - மச்சீந்திரக் கதைகளாக உலா வருகின்றன.

மச்சீந்திர நாதர் தத்தாத்ரேயரின் அவதாரமாகவும் முழுமையான ப்ரம்ம சொரூபமாகவும் கோரக்கரால் பாடப்பட்டவர். பன்னிரண்டு வருடங்கள் ஆழ்ந்த தபஸ் செய்துவிட்டு வருமாறு கோரக்கரைப் பணித்தார் மச்சீந்திரர்.

பன்னிரண்டு வருடங்கள் கழித்து அஷ்டமா ஸித்திகள் பெற்று குருவைத் தரிசிக்க வந்தார். ஆனால் குருவைப் பார்க்க ஆசிரமத்திற்கு வெளியே காவலுக்கு இருந்த சிஷ்யர்கள் அனுமதிக்கவில்லை. "குரு ஆசிரமத்தில் இல்லை" என்று சொன்னார்கள். தனது தீர்க்க திருஷ்டியால் உள்ளே குரு திராட்சை பழம் சாப்பிட்டுக்கொண்டு இருக்கிறார் என்று கண்டு அதைச் சத்தமாகச் சொன்னார் கோரக்கர்.

அவரை உள்ளே அழைத்தார் மச்சீந்திரர். "உனது அஷ்டமா ஸித்தியால் செருக்கு ஏற்பட்டுள்ளது. உன்னை ஆன்மீகப் பாதையில் தபஸ் செய்யச் சொன்னேன். இது போன்ற மாய வித்தைக்கு அல்ல. மேலும் பன்னிரண்டு வருடம் தபஸ் செய்" எனச்

சொல்லி அனுப்பினார். இமயமலைக்குச் சென்று கோரக்கர் தனது ஆணவம் அழிய தபஸ் செய்து இன்னும் பன்னிரண்டு வருடம் கழித்து வந்தார். அங்கே ஆசிரமத்தில் குரு இல்லை. அவர் எங்கே எனவும் தெரியாது என்றனர்.

காவலுக்கு இருந்த சிஷ்யரின் மனத்திற்குள் சென்று குரு இருக்கும் இடம் அறிந்து அவரைக் காணச் சென்றார் கோரக்கர். அங்கே தன்னிலை மறந்து பெண்கள், ஆண்கள் குழுவாக சூழ்ந்து இருக்க உடல் இன்பத்தில் ஈடுபட்டுக் கொண்டிருந்தார் மச்சீந்திர நாதர். கோரக்கர் தன்னை அறிமுகப்படுத்திக் கொண்டதும், "நீ யார்?" எனக் கேட்டார் மச்சீந்திரர். தன்னையும் இழந்து தன்முன் நிற்கும் சிஷ்யனின் ஞாபகமும் இல்லாமல் இருந்தார் மச்சீந்திரர்.

குருவின் தன்னுணர்வை மீட்க கோரக்கர் பெண் வடிவம் கொண்டு அவருடன் இணைந்து அவரின் சுய உணர்வை மீட்டுக்கொண்டுவந்தார். 24 வருடங்கள் தபஸ் முடிந்து வந்ததும் தனது குரு 'நீ யார்?' எனக் கேட்கும் நிலையில் இருப்பது கோரக்கருக்கு அதிர்ச்சியாக இல்லை. அவரின் குரு பக்தியால் குருவின் வழிகாட்டுதலால் அவருக்கு குழப்பமோ அல்லது வெறுப்போ ஏற்படவில்லை.

மச்சீந்திர நாதர், கோரக்கரைத் தனது ஆன்மீக வாரிசாக அறிவித்தார். இருவரும் இணைந்து பல்வேறு பிரதேசங்களில் ஆன்மீகக் கல்வி கற்றுக்கொடுக்கும் பள்ளிகளைத் தோற்றுவித்தனர். மச்சீந்திர நாதர் புத்த மதம் மட்டுமல்ல... இஸ்லாம் மற்றும் ஜைன மதங்களிலும் தனது ஆன்மீக உயர்நிலையைப் பதிவு செய்தார். சீக்கிய மத குருமார்களில் பலருக்கு மச்சீந்திர நாதருடன் தொடர்பு இருந்தது. காஷ்மீரத்தில் லே

எனும் இடத்தில் மச்சீந்திர நாதரின் பெயரில் கட்டப்பட்ட மசூதி இன்றும் இருக்கிறது.

கோரக்கரின் வாழ்க்கைப் பயணம் மச்சீந்திர நாதரிடம் இருந்து பிரிக்க முடியாதது. கோரக்கரின் பல்வேறு ஆன்மீக உச்ச நிலைகள் மச்சீந்திரரால் அளிக்கப்பட்டது. கோரக்க - மச்சீந்திர வழி வருபவர்கள் இன்றும் தங்களை அரசு செய்யும் யோகிகளாக முன்னிறுத்துகிறார்கள். கும்பமேளா போன்ற ஆன்மீக நிகழ்வில் இவர்களை வீரவாள் மற்றும் செங்கோல்களுடன் காண முடியும்.

சீனா மற்றும் கிழக்கு ஆசிய நாடுகளுக்குச் சென்று மச்சீந்திரர் ஆன்மீகக் கலாசாரத்தைப் பரப்பினார். அவரின் உடல் அழிவில்லாமல் பல நூறு வருடங்கள் இருந்ததைப் பதிவு செய்து இருக்கிறார்கள். கம்போடியாவில் இந்திரனாகப் போற்றபட்டுப் பல ஆண்டுகள் ஆட்சி செய்தார் மச்சீந்திர நாதர். அவரின் காலத்தில் கம்போடியா செழிப்பு மிக்கதாகவும் கட்டடக்கலையில் மேலோங்கியும் வளர்ந்தது.

சிவலிங்க வழிபாட்டை தென்கிழக்கு ஆசிய நாடுகளான கம்போடியா மற்றும் பிலிப்பைன்ஸ் ஆகிய நாடுகளுக்குப் பரப்பினார். இன்றும் கூட கம்போடியாவில் ஆயிரம் லிங்கங்கள் கொண்ட அருவி புகழ்பெற்று விளங்குகிறது.

நேபாள நாட்டின் கலாசாரத்திற்கு அடிப்படையாகப் பல வாழ்க்கை முறைகளையும் ஆன்மீக வாழ்க்கை முறையில் பல்வேறு சூட்சமங்களையும் அளித்த மச்சீந்திரநாதர், கோரக்க நாதர் போன்ற அவரின் சிஷ்யர்களிடம் அனைவரையும் வழி நடத்தச் சொல்லி திபெத் சார்ந்த பிரதேசத்தில் தன்னை

மறைத்துக்கொண்டார். இன்றும் உலகில் நாத சம்பிரதாயம் மற்றும் யோக ஆசனங்களை உருவாக்கியவர் என்ற பெயருடன் மச்சீந்திர நாதர் நிரந்தரமாக இருக்கிறார்.

13. கோரக் நாத்

சித்த மரபு விசித்திரம் நிறைந்தது. நமது ஆற்றலுக்கும் அறிவுக்கும் அப்பாற்பட்டு நடைபெறுவதால் சித்தர் உலக விவகாரங்கள் அனைத்தும் அமானுஷ்யமாகப் பார்க்கப்படுகிறது. சித்தர்கள் நம்மைவிட ஒருபடி மேலான நிலையில் இருக்கிறார்கள் என்பதை நமது மனம் ஏற்றுக்கொள்ளும். உயிர்களின் பரிணாமத்தில் ஒரு செல் துவங்கி மனித நிலையை அடையப் பல மில்லியன் வருடங்களானது என விஞ்ஞானம் கூறும்.

ஆன்மீகத்திலும் இது போலப் படிப்படியான பல்வேறு உயிர்களாக ஜனித்து உயிர் பரிணாமம் அடையும் என்பதை ஞானிகளின் வார்த்தைகளில் காணலாம். பல்லாயிரம் வருடங்களாக நிகழும் இந்தப் பரிணாம வளர்ச்சி நாம் மனித நிலை அடைந்த பிறகு வேறு எதுவாக மாற்றம் அடையப் போகிறது?

குகையில் வாழ்ந்தவன் கம்ப்யூட்டர் இயக்கும் மனிதனாகப் பரிணமித்தபின் வேறு என்னவாக மாற்றம் அடைவான்..? இதற்கான விடை சித்தர்களின்

வாழ்க்கையில் அடங்கி இருக்கிறது. மனித நிலையின் சுக துக்கங்களை உணர்ந்தபின் அந்த உயிரானது அதன் அடுத்த பரிணாம நிலைக்குச் செல்கிறது. அந்தப் பரிணாமத்திற்கு உயர் மனித நிலை என பெயர்.

மனிதனைவிட அதிக ஆற்றலும் அறிவும் கொண்ட உயர் மனித நிலையை நாம் சித்த நிலை என்கிறோம். குரங்கு நிலையைவிட மனித நிலை உயர்ந்ததாக இருக்கிறது. வாழைப்பழத்தை உண்டு மகிழும் குரங்கானது வாழைமரத்தை வேளாண்மை செய்வதில்லை. ஆனால் மனிதன் குரங்கைவிட வளர்ந்த நிலையில் வாழைப்பழத்தைக் கண்டு ஏங்குவதைவிட வாழை மரங்களின் வளர்ச்சியைத் தனது கட்டுப்பாட்டில் வைத்திருக்கிறான்.

விலங்கு நிலையில் கட்டுப்படாத விஷயங்கள் மனித நிலையில் முற்றிலும் கட்டுப்பட்டு நிற்கிறது. மனித நிலையில் கட்டுப்படாத விஷயங்கள் உயர் மனித நிலையில் கட்டுப்பட்டு நிற்கும் அல்லவா..? மனித நிலையில் கட்டுப்படாத விஷயங்கள் இரண்டு. அவை காலமும் வெளியும். மனிதனால் காலத்தின் ஆழத்தை உணர முடியாததுடன் அதைத் தனது கட்டுப்பாட்டில் வைத்துக் கொள்ளவும் முடியவில்லை. அதே போல வெளி என அழைக்கப்படும் பல்வேறு இடங்களுக்குப் பயணிக்க முடியவில்லை. இவை இரண்டும் உயர்மனிதனுக்கு சகஜமான ஒரு வாழ்க்கை முறையாக அமைகிறது.

உயர்மனிதப் பரிமாணத்திற்குப் பிறகு மேலும் பரிமாணங்கள் உண்டா என்ற தெளிவுகளை மனித நிலையில் இருந்து ஆய்வு செய்ய முடியாது. ஆனால் இது ஒரு முடிவிலி என்பது உண்மை.

கோரக் நாத் பற்றித் தெரிந்துகொள்ள உயர்மனித நிலையை சற்றுப் புரிந்து கொள்வது அவசியம். சித்த மரபின் விதிப்படி தெளிவற்ற பிறப்பு கொண்டவர் கோரக்கர். சாம்பல் குழியில் இருந்து தனது குருவால் உருத்திரண்டு எழுந்தவர். கோ ரக்‌ஷா என்ற பதத்திற்கு பசுக்களை காப்பவன் என அர்த்தம்.

தனது குருவால் கோரக்‌ஷா என அழைக்கப்பட்டு நாதர்கள் என்ற பசுக்களைக் காக்க வந்தவர் கோரக்க நாத். பல்வேறு உடல்களில் வாழ்ந்த சித்தர்களைப் பற்றி முன்பு பேசினோம். ஒரு பிறப்பு எடுத்து அந்த உடலை விடுத்து அடுத்த உடலில் அதே பெயரில் சித்தர்களாக வாழ்ந்த பல சித்தர்கள் இருக்கிறார்கள். ஆனால் கோரக்கர் சற்று வித்தியாசமானவர். இவர் ஒரே காலத்தில் பல்வேறு உடல்களுடன் பல்வேறு இடங்களில் வாழ்ந்தவர்.

ஒரே சமயத்தில் தமிழகத்திலும் இமயமலையிலும் வாழ்ந்தவர். சித்தர்களில் வாழ்க்கையின் உச்சமாக திகழ்ந்தவர் கோரக்கர். மஹாராஷ்ட்ரத்தில் இருந்த கோரக்கர், உத்திரப்பிரதேசத்திலும் வாழ்ந்தார் என்ற சான்றுகள் உண்டு. இது அதிசயமல்ல. ஒரே சமயத்தில் கோரக்கர் பல்வேறு இடங்களில் கோரக்கர் என்ற உருவுடன் வாழ்ந்தவர். ஒரே கால நிலையில் பல்வேறு இடங்களில் வாழ்ந்த கோரக்கர்(கள்) சில நேரங்களில் ஒரே இடத்தில் கூடிக் காட்சி அளித்து இருக்கிறார்கள்.

ஐந்து கோரக்கர்களை ஒரே நேரத்தில் கண்டவர்கள் இருந்தார்கள். பல்வேறு மொழிகளில் மற்றும் தேசங்களில் உள்ள கோரக்கர்கள் நேபாளத்தில் ஒன்றுகூடிச் சில காலம் வாழ்வார்கள். உத்திரப்பிரதேசத்தில் அவரை கண்டு பேசிவிட்டு தமிழகத்தின் தென்முனைக்கு வருபவர்கள்

அங்கே ஒரு கோரக்கரைக் காண்பார்கள். அவர் உத்திரப்பிரதேசத்தில் நிறுத்திய உரையாடலைத் தென் தமிழகத்தில் தொடர்வார்.

அஷ்டமா சித்தி முதல் பல்வேறு ஆன்மீகப் பேராற்றல்கள் கைவரப் பெற்றவர் கோரக்கர். உடலைக் காயகல்பம் என்ற நிலைக்கு எடுத்து சென்று அழியாத நிலைக்கு உயர்ந்தார். பெரிய வாள் கொண்டு அவரது வயிற்றில் குத்தினால் அந்த வாள் தோலைக் கிழித்து செல்லாமல் முனைப்பகுதி உடைந்து, வாள் வளைந்துவிடும். உடலைப் பாறையைப் போல ஆக்கி கவசம் தரித்தது போன்ற உறுதியை ஏற்படுத்தியவர்.

உடல் வலிமைக்கு முக்கியத்துவமும் போர் மற்றும் தியாகத்திற்கு எடுத்துக்காட்டாகவும் விளங்கினார் கோரக்கர். உடம்பை வளர்த்தேன், உயிர் வளர்த்தேனே என்ற சதாசிவநாதர் கூட்டம் உடம்பை மலைபோல உறுதியாக வைத்திருந்தது. மச்சீந்திர நாதர் அரசியல் செய்யும் அரசராக இருந்தார். அவருக்குத் தளபதியாக இருந்தவர் கோரக்கர். நேபாளத்தில் முக்திநாத்தைத் தலைமையிடமாகக் கொண்டு இருவரும் தங்களின் வெல்ல முடியாத சாம்ராஜ்யத்தை உருவாக்கினார்கள். மச்சீந்திரர் தெற்காசியா மற்றும் கம்போடியா நாடுகளுக்குச் சென்றதும் நேபாளத்தை ஆளும் அரசரானார் கோரக்கர்.

யோக மரபில் முதன்மையாக ஹதயோகத்திற்கு நூல்களை எழுதி, பலருக்கு அதைக் கற்றும் கொடுத்தார். கோரக்க சதகம், கோரக்க தந்திரம், ஸித்த ஸித்தாந்த பத்ததி போன்ற நூல்கள் கோரக்கர் எத்தனை உயர் மனித நிலையில் வாழ்ந்தார் என்பதை காட்டுகிறது.

நேபாளத்தில் தனித்துவமான ராணுவக் குழுவை உருவாக்கினார் கோரக்கர். ராணுவம் என்பது ஆண்கள் மட்டும் அல்லாமல் குடும்ப அமைப்பாக இருந்தது. தனது பதிமூன்றாயிரம் மனைவிகள் மூலம் அவர் பெரும் ராணுவக் குடும்பத்தை உருவாக்கினார். கோரக்கரால் உருவான குழு கூர்க்கா என அழைக்கப்பட்டது. ராணுவப் பயிற்சி என்பது அடிப்படையான பிறப்பில் இருந்து வரவேண்டும் என்ற கருத்தைக் கூறியவர் கோரக்கர். இன்றும்கூடக் காவல் பணிகளில் தங்களைத் தியாகம் செய்தாவது அனைவரையும் காப்பாற்றுபவர்கள் எனப் பெயர்பெற்றவர்கள் கூர்க்காக்கள். இந்திய ராணுவத்தில் இவர்களுக்காக தனிப்படை உண்டு.

கைகளில் ஆயுதம் ஏந்திய சித்தர்களை உருவாக்கியவர் கோரக்க நாதர். கோரக்கரின் வழிகாட்டுதலில் பல்வேறு நவீன ஆயுதங்கள் உருவாக்கப்பட்டது. கூர்க்காக்கள் கையில் வைத்திருக்கும் கத்தி கோரக்கரால் வடிவமைக்கப்பட்டது. கோரக்கரின் இலட்சினையுடன்இருக்கும்அந்தக்கத்தி உலகின்எந்த பாதுகாக்கப்பட்ட பகுதிக்கும் கொண்டு செல்லலாம் என்ற அனுமதி உண்டு. விமானத்தில்கூடக் கொண்டு செல்ல அனுமதி உண்டு. இதற்கு காரணம் அவர்கள் கத்தியை விழிப்புணர்வுடன் பயன்படுத்துவார்கள் என்பது தான்.

பல நாதயோகிகள் கும்பமேளாவிற்கு வந்து தங்களின் ஆயுதப் பயிற்சியை நிரூபணம் செய்வார்கள். கோரக்கர் படையில் தலைமை ஏற்பவர்கள் தங்களின் பதவிக் காலம் முடிந்தவுடன் வாள் கொண்டு அவர்களின் தலையை தாங்களே வெட்டி எடுத்து அடுத்த தலைவரிடம் சமர்ப்பிப்பார்கள். சின்னமஸ்தா தேவியை இவர்கள் வழிபட்டு

ராணுவத்தை வழிநடத்துவதால் இத்தகைய மரபைக் கடைபிடிக்கிறார்கள்.

நேபாளக் கொடி உலகில் இருக்கும் பிற நாடுகளின் கொடியை விட வித்தியாசமானது. அதற்கு கோரக்கரின் வடிவமைப்பே காரணம் ஆகும். இன்றும் கூட இவரின் தலை நகரம் கோரக்பூர் உத்திரபிரதேசத்தில் உண்டு. நேபாளத்தின் மையத்தில் கோரக்க தர்பார் என்ற அரண்மனைச் சுவடிகள் காணக் கிடைக்கிறது.

கோரக்கநாதர் ராணுவக் கட்டமைப்பை உருவாக்கி போர்த் தந்திரங்கள் பல உருவாக்கியவர். உலகின் முதல் கெரில்லாப் போர்முறை சார்ந்த யுக்திகளை நூலாகவும் கல்வெட்டுக்களாகவும் எழுதி உள்ளார்.

பல்வேறு உயர் ஆன்மீக நிலையில் இருந்தாலும் கோரக்கரின் தன்மை அனைவரும் பின்பற்ற வேண்டிய ஒன்றாகும். மஹாராஷ்ட்ராவில் வாழ்ந்த ஞானேஸ்வரர் என்ற சித்த மஹாபுருஷரை கோரக்கர் சந்தித்தார். இருவரும் நாத பாரம்பரியத்தின் இருவேறு துருவங்கள். ஞானேஸ்வரர் பெயருக்கு ஏற்ப உடலைவிட ஞானம் முதன்மையானது என ஞான யோக பாதையை வகுத்தவர். கோரக்கர் உடலை உறுதி செய்து அதில் ஞானத்தை வைத்துப் பாதுகாப்பதே சரியான வழி என வாழ்ந்து காட்டியவர்.

ஞானேஸ்வரரின் முன் கோரக்கர் தனது வாள் எடுத்து கொடுக்க ஞானேஸ்வரரின் சீடர்கள் கோரக்கரின் வயிற்றில் பாய்ச்சினார்கள். அந்த வாள் வளைந்து நொறுங்கியது. தனது உடலைக் காயகல்பம் செய்து இருப்பதை காட்டினார் கோரக்கர். கோரக்கர் படையில் இருப்பவரின் வேறு ஒரு வாள் எடுத்து

ஞானேஸ்வர் தன் மேல் வீச சொன்னார். கோரக்கர் வாளை ஞானேஸ்வரரின் உடலில் செலுத்தியதும் மேகக் கூட்டத்தில் நுழைத்ததைப் போல லகுவாகச் சென்று வந்தது.

ஞானம் எதையும் தடுப்பதில்லை, அனைத்தையும் உள் அடக்கியது. கோரக்கா நீ உன்னை வாளில் இருந்து வேறுபடுத்திக்கொண்டாய். நான் - வாள்- நீ என அனைத்துமாக இருக்கிறேன் என்றார் ஞானேஸ்வரர்.

பல்லாயிரக் கணக்கானவர்கள் பின்தொடரும் சித்த மஹாபுருஷனான கோரக்கர் ஞானேஸ்வரரின் கருத்தால் கவரப்பட்டு ஞானயோகத்தைக் கற்றுத் தெளிந்தார்.

தனது குரு மச்சீந்திரர் மேல் பெரும் பக்தி கொண்டவர் கோரக்கர். நேபாளத்தின் வஜ்ராயன தந்த்ரீக புத்த மதத்தில் இருந்த கோரக்கரை நாத மரபில் மச்சீந்திரர் கொண்டு வந்தார். நாத சம்பிரதாயத்தின் புதிய பாதையை உருவாக்கியவர். கோரக்நாதீஸ் என்ற பாதையில் இன்றும் கூட பல மடாலயங்கள் நேபாளத்திலும் உத்திரப்பிரதேசத்திலும் உண்டு. மச்சீந்திர நாதரின் புதல்வர்கள் இருவர் ஜைனமதத்தின் தீர்த்தங்கரர்களாக ஆனார்கள். அதுபோலவே கோரக்கரின் புதல்வர்கள் சீக்கிய மதத்தின் குருமார்களாகவும் அவர்களை வழிநடத்தும் குருவாகவும் திகழ்ந்தார்கள்.

பல உருவில் பல காலங்களில் வாழ்ந்த கோரக்கர், தனது உடலைப் பல இடங்களில் சமாதிடையச் செய்தார். பல்வேறு ஜோதிர்லிங்கங்களில் இவரின் சமாதிகள் இடம்பெற்று உள்ளது. தனது சித்த உடலை ஆற்றலுடன் என்றும் வைத்திருக்கும்

தன்மை கொண்டவர் கோரக்க நாதர். யோக மரபில் எங்கெல்லாம் தொய்வு ஏற்படுகிறதோ அங்கெல்லாம் கோரக்கர் மீண்டும் வந்து யோகத்தை நிலைநிறுத்துகிறார்.

அஞ்ஞானம் என்ற எதிரியை வெல்லும் போர்த் தந்திரமான ஹடயோகத்தை நமக்கு அளித்து என்றும் அரசாளும் சித்த வேந்தராக இருக்கிறார் கோரக்க நாதர்.

14. ஜலந்தர நாத்

பெரும் சூரியனைக் காணும் தருணங்களில் நாம் தவறவிடுவது அதைவிடப் பிரகாசமாக வானில் இருக்கும் நட்சத்திரங்களைதான். சூரியனைவிட அவை பலகோடி மடங்கு பிரம்மாண்டமானவை. ஆனால் அவை நமக்கு அருகே இல்லாத காரணத்தால் நம் கவனத்தில் இருப்பதில்லை.

நாத ரூபமான சித்தர்களில் பெரும்பாலும் நாம் கண்டு, கேட்டு உணர்ந்தவர்கள் சூரியனைப் போலத் தவிர்க்க முடியாமல் நம்மை ஆட்கொண்டவர்கள். ஆனால் நட்சத்திரங்களைப் போல நாம் காணாவிட்டாலும் பிரகாசிக்கும் சித்தர்கள் பலர் உண்டு.

நட்சத்திரச் சித்தர்களில் நாம் தெரிந்து கொள்ள வேண்டியவர் நீரில் இருந்து தோன்றியவர் என்றும் இறைவனின் கழுத்து எலும்பு என்றும் அழைக்கப்பட்ட சித்தர் ஜலந்தர நாத்.

இறைவனே வடிவமாக வந்து பலருக்கு அருள் செய்ததே ஜலந்தர நாத வடிவமாகும். தற்காலத்தில்

பஞ்சாப் மாகாணத்தில் இருக்கும் ஜலந்தர் எனும் இடம் இவரின் பெயராலேயே வழங்கப்படுகிறது. சிந்து நதிக்குக் கிழக்கே ஆற்றுப்படுகையில் ஓரத்தில் இவரை முதலில் கண்டார்கள்.

சித்தர்களின் வாழ்க்கை வழக்கப்படி இவரின் தோற்றம் பற்றிய குறிப்புகள் இல்லை. நீண்ட தாடியும் உடலில் எந்த உடைகளும் இல்லாமல் மரங்களின் அடியில் யோக சமாதியில் அமர்ந்திருக்கும் வடிவமே ஜலந்தர நாதரின் அடையாளம். கால்கள் பத்மாசனத்தில் இருக்க, தனது தாடையை நெஞ்சுப்பகுதியில் வைத்துக் கண்கள் இரண்டும் புருவ மத்தியில் ஒடுங்க அமர்ந்திருப்பார் ஜலந்திர நாத்.

ஹதயோக ஆசனங்களில் இன்றுகூட கழுத்தை மடித்துத் தாடையை நெஞ்சுடன் இணைக்கும் முத்திரைக்கு ஜாலந்திர பந்தா என்றழைப்பார்கள்.

இடாகினி என்ற தேவதை இவருக்குச் சித்த மரபில் குருவாக இருந்தது. தனது இடாகினி விதையால் பல மாயாஜாலங்களை நிகழ்த்துபவர் ஜலந்தரர். தான் இருக்கும் மரங்களில் உள்ள பழங்கள், காய்களை, மனிதர்களை அழைப்பதுபோல அழைத்தால் இவரின் கைகளில் வந்து அமரும். இப்படி பல ஜாலங்களைப் புரியும் ஜலந்தரர் நாதர் பல நாட்கள் சமாதி யோகத்தில் இருப்பார். இவரைச் சுற்றி இருப்பவர்களைத் தனது கருவியாகக் கொண்டு பல்வேறு தாந்திர ஜாலங்களை காட்டி அவர்களை மகிழ்விப்பார். ஹுக்கா என்ற புகையை அவர்களை இழுக்கச் செய்து தான் அந்தப் புகையை விட்டுக் காட்டுவார். அவர்களின் தலைமுடியைப் பிடித்து இழுத்து தரையில் தவழும் அளவுக்கு பெரிதாக்கி ஜாலங்களைப் புரிவார்.

சித்த மரபில் பல்வேறு யோக முறைகளையும் தாந்த்ரீக வழிபாட்டையும் உருவாக்கியவர் ஜலந்திரர். இவர் திபத் தாந்த்ரீக முறையில் குரு ஜோர்பா என அழைக்கப்படுகிறார். புத்த மதங்களில் தாரா என்ற பெண் தெய்வ வழிபாட்டை உருவாக்கியவர் ஜலந்தர்.

எப்பொழுதும் பதினாராயிரம் சீடர்கள் அவருடன் இருந்து யோக வாழ்க்கை வாழும் வழக்கம் கொண்டவர். பஞ்சாப் முதல் திபத் வரை தனது சித்த சாம்ராஜ்யத்தை விரிவாக்கி பல்வேறு நாத பாரம்பரியம் கொண்டவர்களை உருவாக்கினார்.

சிவசக்தியின் குழந்தை நான் என மச்சீந்திர நாதர் அறிவித்ததை போல ஜலந்திரர் வேத வாக்கியத்தை தனது அடையாளமாகக் கொண்டார். சிவோஹம் - நானே சிவன் என்பது அவரின் அடையாளமானது.

தனது உருவைப் பல்வேறு வடிவங்களில் மாற்றிக்கொள்வது இவரது வழக்கம். தனது சீடர்களின் உருவை எடுத்து அவர்களில் ஒருவராக இருப்பார். எந்த உருவை எடுத்தாரோ அந்தச் சீடரை எதிர்கொள்ளும் பொழுது ஏற்படும் குழப்பங்களில் ஒன்றும் தெரியாதவரைப்போல அமர்ந்திருப்பார். இருவரில் யார் உண்மையான சீடர் எனத் தெரிந்துகொள்ள வேதவாக்கியங்களின் விளக்கத்தை கேட்டால் யார் பிரமாதமாக விளக்குகிறார்களோ அவரல்ல போலியான சீடர் என பிறர் தெரிந்துகொள்வார்கள். என்ன தான் போலியான உருவை எடுத்தாலும் உண்மையை அவரால் மறக்கவோ மறைக்கவோ முடியாது.

ஜலந்திர நாதருக்கும் அவரின் சிஷ்யர் மானாவதிக்கும் நடந்த சுவாரசியமான சம்பவம் சித்தர்களின் வாழ்க்கை முறையைத் தெளிவாக நமக்கு விளக்கும்.

பதினெட்டுச் சித்தர்கள் என காண்பிக்கும் புகைப்படமோ அல்லது பட்டியலோ அனைத்தும் ஆண்களாக இருப்பதைக் காண முடியும். ஏன் சித்தர்களில் பெண் இல்லை என பலர் கேட்பதைக் காண முடியும். உண்மையில் சித்தர்களே ஆண், பெண் பேதம் இல்லாதவர்கள் தானே? நமக்குள் ஆணவத்தால் ஆண் பெண், மேலானவர்கள் கீழானவர்கள் என்ற பேதம் இருப்பதால் சித்தர்களில் பெண்களை தேடுகிறோம்.

நாதப் பாரம்பரியத்தில் ஆதிநாதருக்கு பிறகு உமாநாத் என்ற பெண் தன்மையையே வணங்கத்தக்கதாக வைத்திருக்கிறார்கள். வாலைப் பெண், மரகதப் பெண் என தமிழ்ச் சித்தர்களின் பாடல்களிலும் காணலாம். ஆனாலும் நமக்கு யாரேனும் பெண்ணாகப் பிறந்து சித்த நிலை அடைந்தால் தான் ஒத்துக்கொள்வோம் என்றால் இதோ, கணக்கை மானாவதியில் இருந்து துவங்குவோம்.

பஞ்சாபுக்கும் காஷ்மீருக்கும் நடுவே இருக்கும் ஒரு நிலப்பரப்பின் ராணி மானாவதி. சித்தர்களில் மிகவும் கவனிக்கப்பட வேண்டிய ஒருவர். நமக்குத் தெரியாத நட்சத்திரம்.

மானாவதி மிகவும் அழகு மட்டுமல்ல... முழுமையான இளமையும் கொண்டவள். ராணிகளுக்கே உண்டான அந்தக் கம்பீரமும் சௌந்தரியமும் பெற்றவளுக்கு ஓர் அடிப்படை பிரச்சனை வந்தது. நட்டின் ராஜாவான மானாவதியின் கணவரின் திடீர் இறப்பு தான் அது.

இளம் விதவை என்பது அந்தக் காலத்தில் விவரிக்க முடியாத சோகம். தனக்கோ, கணவருக்கோ உடன் பிறந்தவர்கள் யாரும் இல்லை என்பதால்

அவர்களை அரசராக்க முடியாது. திருமணம் முடிந்த சில நாட்களிலேயே நோய்வாய்ப்பட்டு கணவன் இறந்ததால் வாரிசுகளும் இல்லை. அவளது ராஜ்ஜியம் மிகவும் செழிப்பானது. யாரையேனும் அரசனாக்கலாம் என்றால் யாரும் தயாராக இல்லை. பாரத தேசத்தில் அந்தக் காலங்களில் அன்னிய படையெடுப்போ நாடு பிடிக்கும் ஆசையோ யாருக்கும் இல்லை.

தன் முன்னால் இருக்கும் பொறுப்பை ஏற்று அரசியாகலாம் என்றால் அரசு முறைப்படி விதவையானவர்கள் பதவி ஏற்க முடியாது. ஆகையால் ராஜ்ஜியத்திற்கு வாரிசு தேவை என்ற நோக்கத்திற்கு மானாவதி தள்ளப்பட்டாள். பெரும் யோகியான ஜலந்தரரைப் பற்றி பெற்றோர் மூலம் அறிந்தவள், நேராக அவரின் ஆசிரமத்திற்குச் சென்றாள்.

பல்வேறு மரங்கள் சூழ இருக்கும் ஒரு சிறு காட்டின் நடுவே குடில்கள் அமைந்திருக்க, பதினான்காயிரம் சிஷ்யர்கள் தியானத்தில் சுற்றி அமர்ந்திருந்தார்கள். நடுவே சிவ ரூபமாக ஜலந்திர நாதர் இருந்தார். அவருக்கு முன்பு புகை கக்கும் ஒரு சிறு யாகக்குண்டம் இருந்தது. நாதப் பாரம்பரியத்தில் துஹ்ணி என அழைக்கப்படும் சிறு கட்டைகளை புகைந்து கொண்டிருக்கும் ஒரு அமைப்பு மிகவும் புனிதமாகப் பார்க்கப்படுகிறது.

கண்கள் புருவ மையத்தில் இருக்க, தாடையை நெஞ்சில் அழுத்தி சுவாசத்தை தன்னுள் அடக்கி, பெரும் சமாதியில் இருந்தார் ஜலந்திர நாதர். இந்த சமயத்தில் அங்கே சென்று அவரை விழுந்து வணங்கினாள் அரசி மானாவதி.

ஜலந்திரரிடம் ஒரு சலனமும் இல்லை. ‘யோகீசா, மானாவதி வந்திருக்கிறேன். அருள் தாருங்கள்’ என்றாள். ஆழ்ந்த சமாதியில் இருந்தவரிடம் ஒரு சலனமும் இல்லை. நேரம் அதிகமானது பல்வேறு உணர்வுகளில் வேண்டி அழைத்தும் சமாதி கலையவில்லை. ஒரு நாள் இரண்டு நாட்கள் இல்லை, மானாவதி பன்னிரண்டு நாட்கள் வேண்டினாள். ஜலந்தர நாதர் அசையவில்லை.

முடிவில் கோபத்தின் உச்சத்திற்குச் சென்றாள் மானாவதி. “ஜலந்தர குருவே, நீங்கள் ஒரு யோகி. உங்களுக்கே இத்தனை வைராக்கியம் இருந்தால், நான் ஒரு அரசி. அனைத்தையும் எனது மக்களுக்காக தியாகம் செய்யும் வைராக்கியம் பெற்றவள். நான் எனது வைராக்கியத்தால் உங்களை விழிப்படைய செய்கிறேன்” என்றாள். “நீங்கள் அழைத்தால் மட்டுமே மானாவதி கண்கள் திறப்பாள்” எனக்கூறி ஜலந்தரின் முன் இருக்கும் யாக குண்டத்தின் அருகே கால்கள் நீட்டி படுத்துக் கண்களை மூடிக்கொண்டாள்.

மானாவதி ஒரு யோகியின் முன் தனிமையில் சென்று கண்களை மூடிப் படுக்கவில்ல. பதினாயிரம் பேர் முன்னிலையில் படுத்துக்கொண்டு கண்களை மூடிவிட்டாள். நாட்கள் சென்றன, ஜலந்தரும் அசையவில்லை மானாவதியும் அசையவில்லை. சில நாட்களில் மானாவதியின் உடலில் பூச்சிகளும், கரையான்களும் அரிக்கத் துவங்கின. மானாவதி அசையவில்லை. காரணம்... கண்களை மூடியபடியே இறந்துவிட்டாள். அவளது இறந்த உடலை யாரும் அப்புறப்படுத்தவில்லை. அவள் வைராக்கியத்தால் இறந்தவள் என்பதால் உடல் துர்நாற்றம் வீசவில்லை. உடலைக் கரையான்கள் புற்றுகளால் மூடியது. அவளது வயிற்றின் மையத்தில் இருந்து பழ மரங்கள்

முளைத்து, ஜலந்தரரின் அருகே பழச் செடிகளையும் பூங்கொடிகளையும் படர விட்டது.

சில மாதங்கள் கழித்து ஜலந்தர் கண்களைத் திறந்தார். அவரது சீடர்கள் அவருக்கு மரியாதைகள் செய்தார்கள். சகஜ நிலைக்குத் திரும்பி, தான் சமாதியில் இருக்கும் சமயம் என்ன விசேஷங்கள் நடந்தன என்று கேட்டார். மானாவதி வந்ததையும் அவரின் முன் உயிர்விட்டு மரமாக நிற்பதையும் விளக்கினார்கள்.

மானாவதியின் வைராக்கியத்தைக் கண்டு ஆனந்தம் கொண்டார் ஜலந்தர நாதர். சிஷ்யர்களை அழைத்து புற்றை விலக்கி எலும்புகளை எடுத்து வரிசையாக அடுக்க சொன்னார். பழம்பொருள் ஆய்வாளர்கள் போல சிஷ்யர்கள்விலாஎலும்பு மற்றும்கபாலங்களை உருவமாக அடுக்கினார்கள். தாடை எலும்பை வைத்து அனைத்தையும் இறுதியாக்கினார் ஜலந்தர நாதர். மானாவதி உடல் மேல் வளர்ந்த பூ மரங்களில் இருந்த பூக்களை எடுத்து அந்த எலும்புகளை மூடசொல்லி தனது யாகக் குண்டத்தில் புகையை உருவாக்கினார்.

புகைக்கு நடுவே முழுமையான அழகுடன் வெளிப்பட்டாள் மானாதேவி. ஜலந்தர நாதரை வணங்கி நின்றாள். தனது வைராக்கியத்தால் ஜலந்தர நாதரை விழித்தெழச் செய்ய நினைத்தவள் அவரால் உயிர்தெழ வைக்கப்பட்டாள்.

ஜலந்தரருக்கு மானாவதி வந்த நோக்கம் தெரிந்தது. தனது புகைக்கும் குழாயின் சாம்பலை எடுத்து மானாவதிக்குப் பிரசாதமாக கொடுத்தார். வாயில் சாம்பலைப் போட்டு விழுங்கியதும் மானாவதி கர்ப்பிணியானாள். பிள்ளை வரம் மட்டுமல்ல... அனைத்து ஸித்துக்களையும் கைவரப் பெற்றாள்

மானாவதி. சித்தர்களின் உலகில் வணங்கத் தக்கவளாக மாறினாள்.

முழுமையான யோகத்தின் சுவடாகவும் பேரழகின் உருவாகவும் மானாவதிக்கு கோபிசந்த் என்ற இளவரசன் பிறந்தான். இளவரசனுக்குப் பட்டாபிஷேகம் செய்து நாட்டை ஆண்டாள் மானாவதி. பன்னிரெண்டு வருடங்கள் கழித்து நாட்டை ஆளும் ஆற்றலைப் பெற்றான் கோபிசந்த். சிறிய நிலப்பரப்பின் இளவரசன் மட்டுமல்ல, சித்தர்களின் உலகிலும் அவர் இளவரசர் தான். பல வருடங்களுக்கு பிறகு சித்தர் மரபில் பெரும் சித்தராக கோபிசந், ஜலந்தர நாதரால் உருவாக்கப்பட்டார்.

தோற்றமும் முடிவும் இல்லாத சித்த வடிவங்களைப் பார்த்தோம். சித்தர்கள் உலகில் நாமும் உள்நுழைய ஒரே சாவி வைராக்கியம் என்பது மட்டுமே. மானாவதி வைராக்கியத்தைக் கொண்டு சித்த நிலையை அடைந்தாள்.

வைராக்கியத்தைச் சாவியாக்கி சித்தர்களின் உலகில் நட்சத்திரமாக மாறிய மானாவதி தனது மகன் மூலம் சித்தர்களின் பாரம்பரியத்தை உருவாக்கினாள்.

15. நீரில் இருந்து நீருக்கு

ஆயிரத்து நூறு ராணிகள் சூழ, அந்தப்புரத்தில் படுத்துச் சுகித்து இருந்தான் கோபிசந்த். ஆயிரத்து அறுநூறு அடிமைப் பெண்கள் அவர்களைச் சுற்றி நின்று சாமரம் வீசிக்கொண்டு இருந்தார்கள். இந்திர லோகத்தில் இருந்து இந்தக் காட்சியை கண்டால் இந்திரனுக்குக் கூடப் பொறாமை வரும் அளவுக்குக் காமக் களியாட்டங்கள் நடைபெற்றன.

ஜலந்திர நாதரின் ஹுக்கா குழாயில் இருந்து வந்த சாம்பலில் கருத்தரித்தவன் கோபிசந்த். ஆனால் எந்த ஆன்மீகச் சுவடும் இல்லாமல் முழுமையான போகத்தில் திளைத்து இருந்தான்.

தனது உடலைச் சுற்றிப் பெண்கள் இருக்க, போகத்தின் உச்சத்தில் இருந்த கோபிசந்த் அரண்மனையின் தோட்டத்தில் தனது தாய் அழுவதை கண்டான். மானாவதிக்கு அருகே சென்று, “தாயே ஏன் இந்த அழுகை? என்ன நடந்தது?” என்று கேட்டான். யோகினி மானாவதி அவனுக்கு உண்மையைச் சொன்னாள்.

“பன்னிரண்டு ஆண்டுகள் உனக்குக் குழந்தைப் பருவம், அடுத்தப் பன்னிரண்டு ஆண்டுகள் நீ அரசாள வேண்டும். பிறகு இருபத்து நான்காம் வயதில் உன்னை ஜலந்திர நாதர் தன்னிடம் ஒப்படைக்க வேண்டும் என்று என்னிடம் வாக்கு வாங்கி இருக்கிறார். இன்னும் சில நாட்களில் நீ இருபத்து நான்கு வயதை அடைவாய். அரச நிலைவிட்டு நீ யோகி ஆக வேண்டும். ஜலந்திர நாதரின் சீடராகி சித்த மரபைத் தழுவ வேண்டும். அதை நினைத்துப் பார்த்தேன் என் மகனே” என அழுதாள் மானாவதி.

“என்னது..? நான் சித்தனாக வேண்டுமா..? நான் பதினாறு சிற்றரசர்கள் கொண்ட நாடுகளை ஆளும் சக்ரவர்த்தி. எனக்கு ஆயிரக்கணக்கில் ராணிகள். தினமும் அதன் எண்ணிக்கை அதிகரிக்கிறது. இதையெல்லாம் விட்டுவிட்டு நான் சித்தனாக வேண்டுமா..? நடக்கும் காரியத்தைப் பேசுங்கள் அம்மா. என் படை வீரர்களைத் தாண்டி யாரேனும் இங்கே உள்ளே வர முடியுமா..? நான் மாவீரன் என்பதும் உங்களுக்கு தெரியும் தானே..? என்னை யார் கட்டுப்படுத்த முடியும்..?”

தனது தாயிடம் பேசிய பிறகு மிகவும் குழப்பமடைந்தான் கோபிசந்த். அதன்பின் அவனால் நிம்மதியாக இருக்க முடியவில்லை. ஏதோ நிகழ்ந்துவிடும் என பதட்டம் கொண்டான். அவனது ராணிகள் அவனது முகத்தில் தெரியும் கவலை ரேகைகளைக் கண்டு தங்களின் சேவை ராஜாவுக்கு இன்பம் அளிக்கவில்லையோ எனக் கவலை கொண்டார்கள். ராஜா கோபிசந்தின் உள்ளத்தை அறிய முயற்சித்து வெற்றி கண்டார்கள். ஜலந்தர நாதர் தன்னை அழைத்து சென்று விடுவார் என்று பயத்தில் இருக்கும் ராஜாவுக்கு யோசனை சொன்னார்கள்.

மிகச் சுலபமான வழி..! ஜலந்தர நாதரைக் கொன்று விடுவது. இருந்தால் தானே கூட்டிச் செல்லுவார் அந்த யோகி?

கோபிசந்துக்கு சரியான யோசனையாகப்பட்டது. அரண்மனைத் தோட்டத்தில் இருக்கும் கிணற்றை தூர்வாரி தயார்படுத்தச் சொன்னார். ஆயிரம் குதிரைகள், நூறு யானைகள் சூழ பெரும் வரவேற்பில் ஜலந்தர நாதரை வரவேற்று தோட்டத்திற்கு அழைத்து வந்தார். சுற்றிக் காட்டும் சாக்கில் ஜலந்தரநாதரைத் தனது அடிமைகள் மூலம் கிணற்றில் தள்ளி ஆயிரம் குதிரைகளின் சாணத்தைப் போட்டு நிரப்பி கிணற்றை மூடினார். அதன் மேல் கல் கட்டிடம் எழுப்பி கிணற்றை நிரந்தரமாக மூடினார்கள். இனி ஜலந்தரநாதர் வர வாய்ப்பில்லை.

மகிழ்ச்சியுடன் அந்தபுரத்திற்குச் சென்று அருமையான யோசனை சொன்ன ராணிகளுடன் சந்தோஷத்தில் ஆழ்ந்தான் கோபிசந்த். திடீரென அவனது உடல் சூடாகத் தொடங்கியது. சில நிமிடங்களில் அவன் உடலில் புகை வரத் ஆரம்பித்தது. கண்கள் இருண்டு துவண்டு விழுந்தான் கோபிசந்த். மானாவதியை அழைத்து வந்தார்கள். மாஹாராணி மானாவதி வந்து சேர்வதற்குள் கோபிசந்தின் கால் விரல்கள் முதல் கணுக்கால் வரை சாம்பலாகி இருந்தது. உடலுக்கு உள்ளே இருந்து அக்னி பரவி கோபிசந்தை சாம்பலாக்கி வந்ததை உணர்ந்தாள். திடீரென இப்படி நடந்த காரணத்தை கேட்டறிந்தாள். ஜலந்தரரை கொலை செய்யத் திட்டமிட்டதையும், அவரை கிணற்றில் தள்ளி குதிரைச் சாணத்தால் மூடிய செய்தியையும் கேட்டு அதிர்ச்சி அடைந்தாள்.

உடனடியாக ஜலந்தர நாதரின் ஆசிரமத்திற்கு விரைந்தாள். அங்கே எதுவும் நடக்காதது

போல கோரக்கநாதருடன் புகைத்துக்கொண்டு சுவாரசியமாக பேசிக்கொண்டு இருந்தார் ஜலந்தரர். விழுந்து வணங்கிய மானாவதி தனது மகன் இறந்து கொண்டிருப்பதை சொன்னாள்.

பெரும் சிரிப்புடன், “புகையின் சாம்பலில் இருந்து வந்தவன் புகைந்து மீண்டும் சாம்பலாகட்டும்” என்று சொன்னார் ஜலந்தரர். மானாவதி அவரது கால்களைப் பிடித்து, “உங்களால் வந்தவன். உங்களுக்குத் தெரியும் எப்படி அவனை உங்களிடம் வரவழைக்க வேண்டும் என்று. தயவு செய்து கருணை காட்டுங்கள் குருவே” என வணங்கினாள்.

“சென்று அவன் தலையில் கை வை. அவன் உயிர் பெறுவான்” என்றார் ஜலந்தரர். இந்தக் காட்சிகளைக் கண்டு சிரித்த வண்ணம் இருந்தார் கோரக்கர்.

மானாவதி விரைந்து அரண்மனை திரும்பினாள். அங்கே மார்பு வரை சாம்பலாகி இருந்தான் கோபிசந்த். அவனது தலையில் கைவைத்ததும் மீண்டும் உடல் உருவாகி உயிர்த்து எழுந்தான் கோபிசந்த். தாயைக் கட்டி அணைத்து அழுதான். தான் மயங்கி விழுந்ததும் கண்ட காட்சியை விளக்கினார் கோபிசந்த். கோர உருவம் கொண்டவர்கள் இருவர் வலுக்கட்டாயமாக அழைத்துச் சென்றார்கள். ஜலந்தரநாதர் தோன்றி அவர்களைத் தனது கையில் இருக்கும் இடுக்கியால் அடுத்துவிரட்டினார். “இவன் எனக்கு தேவை, நீங்கள் விட்டு விலகுங்கள்” என்றார். அவர்கள் ஓடி ஒளிந்தார்கள். “இத்தகைய ஆற்றல் மிக்கவரையா நான் கிணற்றில் தள்ளி மூடினேன்..?” எனக் கூறி அழுதான்.

மானாவதி, கோபிசந்தை ஆசிரமத்துற்கு அழைத்து சென்றாள். ஜலந்தர நாதர் கோபிசந்தின் கைகளைப்

பற்றி உள்ளே அழைத்துச் சென்றார். மானாவதியை பொருட்டாகக்கூட மதிக்கவில்லை. தான் கொடுத்த வாக்கை நிறைவேற்றிய திருப்தியில் மானாவதி திரும்பினாள்.

ஜலந்தரர், கோபிசந்தைத் தன்முன் அமரவைத்து சித்த மார்க்க தீக்ஷை கொடுக்கத் துவங்கினார். ஜலந்தரரை ஒரு மாயவாதியாகக் கண்டு அச்சத்தில் இருந்தான் கோபிசந்த். அவனது முடி மழிக்கப்பட்டது. பல பெண்கள் விரல்களால் கோதிய கேசம் அவன் மடியில் விழுவதை நினைத்துக் கொண்டான் கோபிசந்த். காம போதையில் பெண்கள் கிசுகிசுத்த அவனது காதுகள் துளையிடப்பட்டன. நாதப் பாரம்பரியத்தில் காதில் துளையிடுவது என்பது முக்கியமான சடங்கு. அவனது இடது காதில் தனது இடுக்கியால் துளையிட்டார் ஜலந்தரர். துளையில் இருந்து பால் வழிந்தது. ரத்தம் வரவில்லை. வலது காதில் துளையிடத் தொடங்கியதும் இரத்தம் பீறிட்டது.

ஜலந்தரர் கோபிசந்தின் மார்பில் எட்டி உதைத்தார். சுருண்டு விழுந்தான் இளவரசன். இத்தனை அவமானமாக முன்பு எப்பொழுதும் உணர்ந்ததில்லை. “உனது இடது காதில் நான் துளையிடும் பொழுது அங்கே பால் வந்தது. நீ யோகி ஆவதற்குத் தயாராக இருந்தாய். வலது காதில் துளையிடும் பொழுது நீ காம உணர்வில் சென்றுவிட்டாய். இனி நீ யோகத்தை முழுமையாகக் கண்டு அடைய பன்னிரு வருடங்கள் ஆகும்” என்றார் ஜலந்தரர்.

வலது காதின் துளையில் பஞ்சுத் திரியைத் திணித்தார். இடது காதில் வெண்கலத்தால் ஆன பெரிய காதணியை அணிவித்தார். “எப்பொழுது எல்லாம் நீ காம உணர்வு கொள்கிறாயோ, அப்பொழுது உனது

வலது காதில் இருக்கும் பஞ்சு நெருப்பு பிடித்து உன் தலையைச் சாம்பல் ஆக்கும்'' என்றார்.

''மீண்டும் உனது அரண்மனைக்கு சென்று இதே நிலையில் பன்னிரண்டு வருடம் ஆட்சி செய்'' என உத்தரவிட்டார். ''அங்கே நீ ராஜாவாக செல்லக்கூடாது பிச்சை எடுக்கும் சித்தனாகச் செல்ல வேண்டும். அங்கே இருக்கும் ராணிகளை நீ தாய் என அழைக்க வேண்டும்.''

கோபிசந்த் முற்றிலும் வேறு ஒருவனாக மாறி இருந்தான். சுவரில் எறிந்த பந்து அதிக விசையுடன் திரும்பி வருவதைப் போல அவமானத்தால் சுருங்கியவன் திட வைராக்கியத்தால் மீண்டு வந்தான்.

அரண்மனை வாசலில் சென்று, ''அம்மா, பிச்சை'' என்று கேட்டான். வாயில் காப்போனுக்கு அவனை அடையாளம் தெரியவில்லை. கோவணம் மட்டும் கட்டி தலை மழித்த, ஒரு காதில் குண்டலமும் மறுகாதில் பஞ்சும் வைத்துக்கொண்டு நிற்பவனை யாருக்குத்தான் அடையாளம் தெரியும்?

பல மணி நேரம் குரல் கொடுத்ததும் அவனது குரலை அடையாளம் கண்ட மானாவதி உள்ளே அழைத்துச் சென்றாள்.

''இன்னும் ஒரு பன்னிரு வருடம் ஆட்சி செய்ய சொல்லி ஜலந்தரர் அனுப்பினார்'' என்று சொன்னான். கோபிசந்த் மார்பில் ஜலந்தரின் கால்கள் பட்டதும் அவனது உள்நிலை முற்றிலும் மாறி இருந்தான்.

அவனது ஆயிரக்கணக்கான ராணிகள் அவனை சுற்றி நின்றாலும் அவனுக்கு எந்த உணர்வும் வரவில்லை. அவனது அரியணை அவனுக்கு முற்றிலும் வேறாக

இருந்தது. அரண்மனை சுக போகத்திற்கு அவனைத் திணித்தாலும் அவனால் அதில் லயம் செய்ய முடியவில்லை. மரணத்திற்கு பின் என்ன என பல கேள்விகள் அவனுக்குள் எழுந்த வண்ணம் இருந்தது.

ஒரே சூழல் அவனுக்கு வேறு வேறாக தெரியத்துவங்கியது. பன்னிரண்டு வருடங்கள் ஆட்சி செய்தான். முன்பு ஆட்சி செய்ததைவிட மிகவும் உன்னதமாக அமைந்தது புதிய ஆட்சி. மக்கள் அனைவரையும் ஆன்மீகத்திற்கு அழைத்துச் செல்ல அந்த பன்னிரண்டு வருடம் உதவியது. காமக் களியாட்டங்கள் போட்ட ஆயிரத்து நூறு ராணிகள் காலையும் மாலையும் இவனுடன் தியானத்தில் இருந்தார்கள்.

தினமும் மானாவதியிடம் ஆன்மீக விஷயங்களைக் கேட்டு அறிந்தான். பல சித்துக்கள் இயல்பாகவே கைவரபெற்றான். எதிலும் அவனுக்கு சந்தோஷமும் இல்லை, துக்கமும் இல்லை. ஜலந்தரரை நினைத்து உருகுவான். அதுவே அவனது பெரும்பாலான நேரப்பணியாக இருந்தது.

தீக்ஷைக்கு முன் ஜலந்தரரிடம் தனது தைரியத்தை எல்லாம் திரட்டி "நாங்கள் கிணற்றில் தள்ளிவிட்டதும் எப்படி உயிர் பெற்றீர்கள்?" எனக் கேட்டான். பலமாக சிரித்த ஜலந்தரநாதர், "கிணற்றில் இருக்கும் தண்ணீருக்குள் என்னை தள்ளிவிட்டாய். என்னை என்னிடத்தில் சேர்த்தாய். எனக்கு எப்படி மரணம் நிகழும்...?" எனக் கேட்டார். அறியாமையின் உச்சத்தில் சித்த உலகை புரிந்து கொள்ளாமல் செய்த அபத்தத்தை எண்ணி வெட்கமடைந்தான்.

பன்னிரண்டு வருடங்கள் நிறைவு பெற்றன. இப்பொழுது அரசாட்சி செய்ய வேண்டும்

என்பதைவிட அதைவிட்டு வெளியேறவேண்டும் என்பதே கோபிசந்திற்கு ஆசையாக இருந்தது. ஜலந்தரநாதர் அரண்மனை முன் தோன்றினார். இப்பொழுது அவருக்காக வாயிலில் காத்திருந்தான் கோபிசந்த்.

ஜலந்தர நாத் கைப்பிடித்து அவனைத் தனது ஆசிரமத்திற்கு அழைத்துச் சென்று வலதுபக்கம் இருக்கும் காதில் துளையிட்டார். அங்கே பால் பெருக்கெடுத்து ஓடியது. முழுமையான நாத யோகியானார் கோபிசந்த்.

ஜலந்தரர், கோபிசந்தை கோரக்கநாதரிடம் அனுப்பினார். கோரக்கரிடம் தனது வாழ்க்கையை ஒப்படைத்தான் கோபிசந்த்.

சித்தர்கள் எப்பொழுதும் புறச்சூழலை மாற்றுவதில்லை. அவர்கள் அகச்சூழலையே மாற்றம் செய்கிறார்கள். நம்மை அங்கேயே வைத்து அவர்களின் திருவிளையாடலில் ஒரு பாத்திரமாக்கி நமக்குள் நடக்க வேண்டியதை நிகழ்த்திவிடுகிறார்கள். காலங்கள் கடந்து பல பிறவிகளை ஒருங்கே பார்த்து சித்தர்கள் நமக்கு வழிகாட்டுகிறார்கள். நாம் கர்மாவில் கட்டுண்டு ஒரே தன்மையில் மட்டுமே வாழ்வைக் காணுகிறோம்.

ஜலந்தரரின் ஆசிரமத்தில் எப்பொழுதும் பதினாறாயிரம் சீடர்கள் தியானத்தில் இருக்கிறார்கள் அல்லவா..? அதில் ஒருவனுக்கு ஏற்பட்ட காம இச்சையை அனுபவித்துக் கழிக்கவே மானாவதி மூலம் குழந்தையாக அனுப்பி வைத்தார் ஜலந்தரநாதர்.

சித்தர்களின் மரபில் ஆன்மா என்பது அவர்களுக்கு சதுரங்கக் காய்களை போல. முடிவில் எப்பொழுதும் அவர்களே வெல்கிறார்கள்.

16. பர்த்ருஹரி

ஒரு காலத்தில் இந்தப் பெயர் மிகவும் பிரசித்தி பெற்றது. தமிழகத்தில் காணுமிடமெல்லாம் செந்தில்குமாரும், சரவணனும் நிறைந்திருப்பதைப் போல இந்தியா முழுவதும் பர்த்ருஹரி என்பது சர்வசாதாரணப் பெயராக இருந்தது.

வரலாற்றுக் கோலத்தில் பர்த்ருஹரி என்ற பெயர் பல்வேறு முறை புள்ளி வைத்து உள்ளது. பல அரசர்கள் இப்பெயரில் இருந்திருக்கிறார்கள். பல கவிஞர்கள் மற்றும் பாடகர்கள் இப்பெயரில் இருந்திருக்கிறார்கள். ரசவாதிகள் பலருக்கும் இதே பெயர்.

நாம் இங்கே பேசும் பர்த்ருஹரி உஜ்ஜயினியைத் தலைநகரமாகக் கொண்டு மத்திய இந்தியாவை ஆட்சி செய்தவர். இவரின் உடன் பிறந்த தங்கை மானாவதி பற்றி முன்பு பார்த்தோம்.

மானாவதிக்கு ஜலந்திர நாதர் மூலமாக கோபிசந்த் பிறந்த வரலாற்று நிகழ்வுக்கு முன்பே கோரக்கர்,

பர்த்ருஹரியின் வாழ்க்கையில் விளையாடி இருந்தார். மானாவதியின் சகோதரர் பர்த்ருஹரியை ஆன்மீகத்திற்குள் மூழ்கடித்திருந்தார் கோரக்கநாதர்.

பர்த்ருஹரி சிறந்த வீரன். அவனது வில் பேசும் அழகைக் கண்டவர்கள் அர்ஜுனனின் மறு பிறப்போ என்றெண்ணும் அளவுக்குத் திறமை மிக்கவன். தனது நாட்டில் அனைத்தும் பரிபூர்ணமாக இருந்ததாலும் பிற படையெடுப்புகள் இல்லாத காரணத்தாலும் பர்த்ருஹரி நிலையான ஆட்சி செய்தான். ஒவ்வொரு வருடமும் விஜயதசமியன்று மக்கள் அரண்மனைக்கு வெளியேகூடி கண்காட்சியைக் காண வருவார்கள். பர்த்ருஹரி தனது வில்லால் சாகசங்களைச் செய்து காண்பிப்பார். பிற நாட்களில் காட்டில் வேட்டையாடி தனது வில்லுக்கு வேலை கொடுப்பார்.

பர்த்ருஹரி தேரில் மிக வேகமாகச் சென்று கொண்டே தூரத்தில் உயிருக்கு பயந்து தறிகெட்டு ஓடும் மிருகங்களை வேட்டையாடும் திறன் மிக்கவன்.

மஹாராஷ்ராவின் ஒரு மலையில் வேட்டைக்குச் சென்றார் பர்த்ருஹரி. அந்த மலையில் இருக்கும் குகையில் கோரக்க நாதர் தனது சிஷ்யர்களுடன் தங்கி இருந்தார். இது பர்த்ருஹரிக்குத் தெரியாது.

மான் கூட்டத்தைத் தனது தேரில் துரத்தி வந்த பர்த்ருஹரி, நல்ல வளர்ந்த ஆண் மானை நோக்கி அம்பு எய்தான். பர்த்ருஹரியின் அம்புக்குத் தப்பி பிழைக்கும் வாய்ப்பு உண்டா..? அம்மான் வேட்டைக்கு பலியாகி கோரக்கரின் குகைக்கு முன்பு வந்துவிழுந்தது. அதன் துணைப் பெண் மான் அதன் அருகே வந்து சோகமாக முகர்ந்து பார்த்துவிட்டு ஓடியது.

குகைக்கு முன் வந்து விழுந்த மானை கோரக்கரின் சிஷ்யர்களில் ஒருவர் பார்த்தார். அது துடிதுடித்து இறப்பதைக் கண்டு பர்த்ருஹரியைப் பார்த்துக் கோபத்துடன் கேட்டர்.

“நீங்கள் பெரும் மன்னனாக இருக்கலாம். உங்களுக்கு வில் வித்தையும் பெரும் திறனும் இருக்கலாம். அதற்காக ஓர் உயிரைக் கொல்லும் அதிகாரம் யார் கொடுத்தது..? அரசனாக எதிரிகளை நீங்கள் கொல்லலாம். அது உங்கள் தர்மம். பொழுதுபோக்குக்காக ஒரு உயிரை வதை செய்வது நியாயமா..? இந்த மானுக்கு மீண்டும் உயிர் கொடுக்கும் ஆற்றல் உங்களுக்கு இருந்தால் நீங்கள் இதை வேட்டையாடலாம். அதர்ம வழியில் இதை நீங்கள் எப்படி கொல்லலாம்..?”

பர்த்ருஹரிக்கு வியப்பாக இருந்தது. ஒரு அரசனைப் பார்த்து சாது ஒருவன் இத்தனை தைரியமாகப் பேசுகிறானே..? வாள் எடுத்து அவன் தலையை வெட்டிச் சாய்த்தால் கூட இந்த நடுக்காட்டில் கேட்க ஆள் இல்லை. இவனுக்கு எப்படி வந்தது தைரியம்..?

சாதுவின் தைரியத்திற்குக் காரணமாக குகைக்கு உள்ளே அரசனுக்கு எல்லாம் அரசனான கோரக்கநாதர் இருப்பது பர்த்ருஹரிக்கு தெரியாது அல்லவா..?

கோபமும் தைரியமுமாகப் பேசும் சாதுவிடம் விளையாடிப் பார்க்க எண்ணினார் பர்த்ருஹரி.

“மாமுனிவரே, நீங்கள் சொல்லும் நியாயம் உணர்ந்துகொண்டேன். எனது அறிவில் விளக்கை ஏற்றியதற்கு நன்றி. என்னால் இந்த மானுக்கு உயிர் கொடுக்க முடியாது. இனிமேல் நான் வேட்டையாட மாட்டேன். ஆனால் உங்களால் உயிர் கொடுக்க

முடியுமா..? உங்களாலும் இறந்த உடலுக்கு உயிர் கொடுக்க முடியாது. அப்படி இருக்க, அதை தர்மமாகப் பேசுவது நியாயமா..? இந்த உலகில் யவராலும் இறந்தவருக்கு உயிர் கொடுக்க முடியாது. எந்த உயிரும் நிரந்தரம் இல்லை. வீண் பேச்சை நிறுத்தி உங்களின் வேலையைச் செய்யுங்கள். என் சாம்ராஜியத்தில் அரசனை எதிர்த்தவர்களின் உடலில் சில நொடிகள் தான் உயிர் இருக்கும். நீங்கள் அறியாமல் பேசியதால் மன்னித்து விடுகிறேன்."

எனச் சொல்லி, சாதுவை ஏளனமாகப் பார்த்துவிட்டுத் திரும்பித் தனது தேரை நோக்கி நடக்க ஆரம்பித்தார் பர்த்ருஹரி.

மலைக் குகையின் சுற்றி இருக்கும் பாறைகள் நடுங்கத் துவங்கி ஒன்றுடன் ஒன்று மோதி இடிந்துவிழுந்தது. காற்று பெரும் வேகத்துடன் வீச, குகைவாசலில் வந்து நின்றார் கோரக்கர். குகைக்கு உள்ளிருந்து பர்த்ருஹரியின் பேச்சைக் கேட்டு இருந்தார். தேரில் ஏற கால் வைத்த பர்த்ருஹரியின் கட்டைவிரலுக்கு பக்கத்தில் அம்பு ஒன்று வந்து குத்தி நின்றது. ஒரு விரல் இடைவெளிதான் கொஞ்சம் விட்டிருந்தால் கால் கட்டைவிரல் போயிருக்கும்.

கோபத்துடன் திரும்பினார் பர்த்ருஹரி. மூக்குக்கும் கண்ணுக்கும் இடையே மற்றொரு அம்பு பாய்ந்து தேரின் குடையை துளைத்தது. குடை சரிந்து விழுந்தது. ஓர் அரசனுக்குத் தனது தேர்க் குடையை வேறொருவன் அம்பால் வீழ்த்துவது என்பது பெரும் அவமானம். யார் அது என தனது வில்லை எடுத்துத் திரும்பிப் பார்த்தார் பர்த்ருஹரி.

கையில் வில்லுடன் நின்றிருந்தார் கோரக்க நாதர். பசுபதாஸ்திரம் கொடுக்கும் காலத்திருந்தே

இவர்களுக்குள் இதே விளையாட்டு. அர்ஜுனனை வேடனாக வந்து சிவபெருமான் செய்த லீலை போல இருந்தது கோரக்கருக்கும் பர்த்ருஹரிக்கும் ஏற்பட்ட இந்தத் தருணம்.

தனது வில்லில் அம்பைப் பூட்டி கோரக்கரை நோக்கித் தூக்கும் அந்த க்ஷணத்திற்குள் தனது வில் பல துண்டுகளாக முறிக்கப்பட்டு, கீரீடம் பல அடி தூரம் தூக்கிவிசப்பட்டு, சுற்றிலும் பல அம்புகள் குத்தி நிற்க அம்புச் சிறைக்குள் தான் அடைபட்டிருப்பதை உணர்ந்தார் பர்த்ருஹரி.

தான் கண்ட காட்சி உண்மையா என மீண்டும் மனதில் ஓடவிட்டார். சில வினாடிகளில் ஆயிரக்கணக்கான அம்புகளை எங்கிருந்து எடுத்தார் இவர்..? வெறும் கைகளில் இருந்து அம்புகள் முளைக்கிறதே..? இவர் மாயாவியா..?

பர்த்ருஹரி இப்படி நினைக்கும் நிலையில் அவருக்கு மேல் நிழல் படரும் வண்ணம் அருகே வந்து நின்றார் கோரக்கர். சில அம்புகளை நீக்கி முகத்தை மட்டும் திறந்தார்.

“வீரனுக்கு அழகு துல்லியமாக உயிரை எடுப்பது அல்ல. உயிரைக் கொடுப்பதில் தான் இருக்கிறது.” என்று சொல்லிக்கொண்டே அங்கே அம்புபட்டு இறந்து கிடந்த ஆண் மானைச் சுட்டிகாட்டினார். பர்த்ருஹரி ஆண் மானைப் பார்த்தான். உடலை திடீரெனச் சிலிர்த்துக்கொண்டு எழுந்தது. கோரக்க நாதரை நோக்கி ஓடி வந்தது. அதன் உடலில் இருக்கும் அம்பை எடுத்து மானை தடவிக்கொடுத்தார். கோரக்கரின் கைகளை நக்கிவிட்டுக் காட்டிற்குள் ஓடி மறைந்தது.

பர்த்ருஹரி மானை பார்த்துச் செலுத்திய அம்பை எடுத்து அம்புச் சிறை மேல் எறிந்தார் கோரக்க நாதர். தண்ணீர் துளிகள் சிதறுவதை போல சிதறி பர்த்ருஹரியை விடுவித்தது.

பர்த்ருஹரிக்குத் தன்னைவிடப் பெரும் வீரனைக் கண்ட மகிழ்ச்சி. இறந்தவர்களை உயிர்ப்பிக்கும் ஆற்றல் கொண்ட மாயாஜாலக்காரனைத் தெரிந்து கொண்டதில் ஆனந்தம். தனது குருவைக் கண்டுகொண்டேன் என நினைக்கவில்லை.

நமது ஆணவம் என்றுமே குருவைக் காட்டி உணர்த்தியது இல்லை. நமக்கும் குருவுக்கும் பெரும் தடையாகவே இருக்கும். குருவை நம்பிக்கை இன்மையுடனும், தனக்கு அதிசயம் நிகழ்த்தினால் மட்டுமே நம்புவேன் எனவும் நம்மை வளைப்பது எல்லாம் ஆணவமே. பர்த்ருஹரிக்கும் அது தான் நிகழ்ந்தது.

காட்டுக்கு நடுவே, குகையின் வாசலில் பர்த்ருஹரிக்கு ஞானம் கொடுப்பது கோரக்கரின் நோக்கம் இல்லை. கோரக்கர் வேறு ஒரு திட்டம் வைத்திருத்தார்.

உயிரைப் பற்றிய மிக சாதாரணமான எண்ணத்தில் இருந்த பர்த்ருஹரிக்கு உயிரின் முழுப் பரிணாமத்தையும் காட்ட முடிவு செய்தார் கோரக்கர்.

பர்த்ருஹரிக்கு பின்னால் சென்ற கோரக்கர் அங்கே வீழ்ந்து கிடந்த தேரின் கயிறை எடுத்து பர்த்ருஹரியின் கைகளை கட்டினார். பர்த்ருஹரியின் உடைகளை களைந்து கோரக்கர் கூட்டம் அணிந்திருந்த உடையை அணுவித்தார். பர்த்ருஹரி அம்பு எய்த மான் வீழ்ந்து கிடந்த இடத்தில் இருக்கும் மான் இரத்தத்தில் உடைகளை புரட்டி எடுத்தார்.

கோரக்கரின் சிஷ்யர் ஒருவரிடம் அதைக் கொடுத்தார். கையில் அரசனின் இரத்தம் கலந்த உடையுடன் அங்கேயிருந்த குதிரையில் ஏறி விரைந்தார். பர்த்ருஹரியின் கைகளை விடுவித்து தேரில் ஏற்றி கோரக்கர் மெதுவாக தேரை உஜ்ஜையினி நோக்கி செலுத்தினார். இருவரும் உஜ்ஜையினி சென்று சேருவதற்குள் நாம் பிங்களாவைப் பற்றி பார்ப்போம்.

உலகின் அனைத்து அழகிய ஆபரணங்களையும், சுவையான உணவின் ருசியையும் இன்னும் என்னவெல்லாம் இருக்கிறதோ அவை அத்தனையையும் ஒன்று சேர்த்து உருவாக்கபட்டவள் பிங்களா. பெயருக்கு ஏற்ப சூரியனின் உதயநேரக் கதிர்களின் ஒளிகளை திரட்டி உருவாக்கப்பட்டவள் பிங்களா.

அழகு மட்டுமல்லாமல் அறிவுத்திறனிலும் சுவைபடக் கவிதை சொல்லுவதிலும் அவளை மிஞ்ச முடியாது. அதனால் தான் பர்த்ருஹரி தனது அரசிகளில் அவளுக்குத் தனித்துவமாக இடம் கொடுத்திருந்தார். அதிக அன்பு வைத்திருந்தார்.

கோரக்கரின் சிஷ்யர் இரத்தக்கறை கொண்ட அரசனின் உடையை அரண்மனைக்கு கொண்டுவந்து காட்டினான். அரசன் சிங்கத்தை வேட்டையாடும் பொழுது சிங்கத்தால் கொல்லப்பட்டார் எனச் சொன்னான். கேட்டவுடனேயே தனது நிலையை இழந்தாள் பிங்களா.

“எனது பர்த்ருஹரி இல்லாத உலகில் எனக்கு என்ன வேலை.?” என்று பெரும் நெருப்பு மூட்டி அதில் குதித்து மாண்டாள். பர்த்ருஹரி வில்வித்தை காட்டும் அந்த அரங்கத்தின் நடுவே நெருப்பில் சாம்பலானது அந்த உலக அழகு.

சாம்பலாகி அதில் புகை வந்துகொண்டிருந்த வேளையில் பர்த்ருஹரியின் தேர் அரண்மனைக்குள் நுழைந்தது. கோரக்கர் அந்தச் சாம்பலுக்கு அருகே தேரை கொண்டு நிறுத்தினார். பிற ராணிகள் பிங்களா தன்னை மாய்த்துக்கொண்டதை கூறினார்கள்.

பர்த்ருஹரி தேரில் இருந்து இறங்கி கண்ணீர்விட்டு அழுதான். பிங்களா பிங்களா என கதறினான். அவளுடன் நிகழ்ந்த ஊடலையும், அவளுடன் நிகழ்ந்த பேச்சுக்களையும் நினைத்து நினைத்துக் கதறினான். அங்கே இருந்த ஒரு மண் பானையை எடுத்து தலையில் வைத்து பெண் நீர் எடுத்துவரும் பாவனையில் நடந்த வந்த கோரக்கர் வேண்டும் என்றே தடுமாறி விழுந்தார். தலையில் இருந்த பானை பர்த்ருஹரி அருகே உடைந்தது. இவற்றை எல்லாம் கவனிக்கும் நிலையில் பர்த்ருஹரி இல்லை.

பர்த்ருஹரி, "பிங்களா" என கதற... அவருக்கு அருகே கோரக்கர் "பானை... என் அருமை பானையே" எனக் கதறினார். பிங்களாவை எண்ணி பர்த்ருஹரி அழும்பொழுதெல்லாம் அதைவிடெ பெருங்குரல் எடுத்து பானை என கோரக்கர் கதறினார்.

தன்னை ஏளனம் செய்யும் கோரக்கரை விரக்தியுடன் பார்த்தான் பர்த்ருஹரி.

கோரக்கர் உரத்த குரலில் கூறினார், "இந்த உலகில் எவராலும் இறந்தவருக்கு உயிர் கொடுக்க முடியாது. எந்த உயிரும் நிரந்தரம் இல்லை. வீண் பேச்சை நிறுத்தி உங்களின் வேலையைச் செய்யுங்கள்."

குகை வாசலில் கோரக்கரின் சிஷ்யருக்கு பர்த்ருஹரி கூறிய அதே வரிகள்.

“உயிரை தத்துவமாகப் பார்த்தாய் பர்த்ருஹரி. உன்னைப் போலவே அந்த பெண் மான் சிறந்த ஆண் மானை இழந்து கதறி இருக்கும் அல்லவா..? இறைவன் உயிரை மட்டும் படைப்பதில்லை அதில் பல்லாயிரம் உணர்வுகளை இணைத்துப் படைக்கிறார். உன் ஆணவத்தால் உயிரை மட்டும் பார்த்தாய். அதனால் தான் உனக்கு அந்த இழப்பு நிகழும் பொழுது உயிர் நிரந்தரம் இல்லை என உன்னால் கூற முடிகிறதா என பார்த்தேன். நீயோ பிங்களா என அழுது புரண்டு கொண்டு இருக்கிறாய். இதோ பார், அந்த மண் பானை போலத்தான் அவளும். பஞ்சபூதத்தால் உருவாகப்பட்டவள். உடைந்துவிட்டாள் மீண்டும் சேர்க்க முடியாது. உயிர் முக்கியம். அதைவிட அதன் வாழ்க்கையும் உணர்வும் முக்கியம்.” என்றார் கோரக்கர்.

ஆண் மானை கோரக்கர் உயிர்பித்த நிகழ்வு பர்த்ருஹரிக்கு ஞாபகம் வந்தது. கோரக்கரின் முன் வந்து, “எனது பிங்களாவை உயிர்பித்துக் கொடுங்கள்” என்று காலில் விழுந்தான்.

அரண்மனை மைதானத்தின் மத்தியில் குவிந்து இருந்த சாம்பலில் கைவைத்தார் கோரக்கர். தானே சாம்பலில் இருந்து உருவானவ உயிர் என்பதால் கோரக்கருக்கும் சாம்பலுக்கும் தாய் சேய் உறவு இருந்தது. பிங்களா சாம்பலில் இருந்து உயிர்த்து எழுந்தாள். ஆனால் அதில் ஒரு மிகச்சின்ன வித்தியாசம் ஒன்று இருந்தது.

ஒரு பிங்களா இல்லை. எழுநூற்று ஐம்பது பிங்களாக்கள்..! ஒரேபோல இருந்தார்கள். அனைவரும் பர்த்ருஹரியை நோக்கி ஓடிவந்தர்கள். இதில் யார் பிங்களா என்பது பர்த்ருஹரிக்கு தெரியவில்லை. அனைவரும் ஒரே அழகுடனும் இவனுடன் காதலுடனும் இருந்தார்கள்.

குழப்பமாகக் கோரக்கரைப் பார்த்தார் பர்த்ருஹரி. "இவர்கள் எல்லாம் பிங்களா தான். வேண்டுமானால் இன்னும் அதிக பிங்களாக்கள் வருவார்கள் இங்கே. வேண்டுமா பர்த்ருஹரி..?" என்றார் கோரக்கர்.

உயிர் கொடுக்க முடியாத நாம் ராஜா என்ற ஆணவத்தில் இருந்தோம். இங்கே சில நொடிகளில் உயிர்கள் வந்து செல்வதை உணர்ந்து கொண்டார் பர்த்ருஹரி. தனது அறியாமை முற்றிலும் அழிந்து கோரக்கரிடம் சரணடைந்தார். அங்கே அனைத்து பிங்களாக்களும் மீண்டும் சாம்பலானார்கள். கோரக்கர், பர்த்ருஹரியின் மாயை, ஆணவம் அனைத்தையும் அழித்தார்.

நிரந்திரமான ராஜ்ஜியத்திற்குள் பர்த்ருஹரியை அரசனாக்க கோரக்கர் அழைத்துச் சென்றார். கோரக்கரால் நாத பாரம்பரியத்தில் இணைக்கப்பட்ட பர்த்ருஹரி சித்தர் மரபில் முக்கியமான ஒரு சித்தராக விளங்குகிறார்.

17. அது வேறு உலகம்

தோற்றமும் முடிவும் இல்லாத சில சித்தர்களைக் கண்டோம். இன்னும் எவ்வளவே பேர் இவ்வரிசையில் இருக்கிறார்கள். அவர்களையும் அறிவதற்கு முன்னால் சித்தர்களின் உலகைப் பற்றிச் சிறிது தெரிந்துகொள்வோம்.

சித்தர்கள் உலகம் எங்கே இருக்கிறது? அங்கே செல்ல என்ன மாதிரியான வாகனத்தில் செல்ல வேண்டும்? அந்த உலகிற்குச் சென்ற பிறகு சித்தர்கள் அங்கே வரிசையாக உட்கார்ந்து தியானம் செய்வதைக் காண முடியுமா?

சித்தர்களைக் காண்பதற்கு அனைவருக்கும் விருப்பம் இருக்கும். எனக்கு அதில் நம்பிக்கை இல்லை என்பவர்கள் கூட அவர்களின் மனதில் ரகசிய விருப்பம் வைத்திருப்பார்கள்.

டிவி சேனல்களில், இன்றும் கூட சித்தர்களின் அமானுஷ்யம் என காட்சிப்படுத்தப்படும் விஷயங்கள் அதிக மக்களால் பார்க்கப்படுகின்றன.

இதன் காரணம் மனிதர்களுக்குச் சித்தர்களை காணவேண்டும் என்ற விருப்பம் இருப்பதால் தானே?

ஏன் அனைவருக்கும் இந்த விருப்பம் இருக்கிறது..? சித்தர்கள் என்பவர்களை நாம் ஏன் கண்டு உணர வேண்டும்..? இதற்கான பதில் மிக எளிமையானது.

பல்வேறு உயிர்களாகப் பிறந்த நாம் தற்சமயம் மனித உடலில் இருக்கிறோம். இந்த உயிரின் பரிணாமம் என்ற பயணத்தில் மனித நிலைக்கு அடுத்த நிலை என்பது உயர் மனித நிலையாகும். உயிர் அடுத்த நிலையில் உயர்மனித நிலையாக மாற்றம் அடைவதையே சித்த நிலை என்கிறோம். அத்தகைய சித்த நிலை உயிர்கள் வாழும் உலகம் சித்த உலகம்.

வேடிக்கையாகப் புரிந்துகொள்வதென்றால் ஒரு மனிதனுக்கும் குரங்குக்கும் இருக்கும் ஒற்றுமை வேற்றுமைகளே மனிதனுக்கும் சித்தர்களுக்கும் இருக்கிறது.

ஒரு காட்டில் வாழும் குரங்குக் கூட்டத்திற்கும் ஒரு மனிதனுக்கும் தொடர்பு ஏற்படுகிறது என வைத்துக்கொள்வோம். காட்டில் இருக்கும் குரங்குக்கு அந்த மனிதன் எங்கிருந்து வந்தான் எங்கே செல்லப் போகிறான். அவனிடம் உள்ள கருவிகள் எப்படி உருவாக்கப்பட்டன என்பவை எல்லாமே ஆச்சர்யமான விஷயம்தான். தன்னைவிட உயர் சக்தி கொண்ட ஓர் உயிரைக் காணும் பொழுது ஏற்படும் பிரமிப்பு. இதேபோல நம்மை விட உயர்ந்த பரிணாமத்தில் இருக்கும் சித்தர்களைக் காணும் பொழுது நமக்கு சிலிர்ப்பும், ஆச்சரியமும் உண்டாகிறது.

கொல்லிமலை அல்லது சதுரகிரிக்குச் சென்றால் சித்தர்களை சந்தித்து ஆட்டோகிராப் வாங்கிவிடலாம் என உறுதியாக நம்பும் பலர் இருக்கிறார்கள்.

பல நூல்கள் சித்தர்களைக் காணும் மந்திரங்களைச் சொல்லித்தருகின்றன.

டெல்லியில் வசிக்கும் எனது நண்பர் ஒருவர் சித்தர்களைக் காணும் நோக்கத்தில் அலைபவர். அடிக்கடி தமிழகம் வந்து சித்தர்கள் வாழும் குகைகளுக்குச் சென்று தியானம் செய்வார். அப்படி ஒரு நாள் பயணிக்கும் பொழுது அங்கே இருக்கும் கோவில் வாசலில் 'சித்தர்களை வசியமாக்கும் மந்திரம்' என்ற தலைப்பில் புத்தகம் கண்டார். வசீகரமான தலைப்பை கண்டவுடன் வாங்கிக் கொண்டு வீடு வந்தார்.

புத்தகத்தில் அகஸ்தியரை காணும் மந்திரம் என "ஓம் அங் சிங் மங்சிங் அகத்திய சித்தரே வருக வருக, எனக்கு காட்சி தருக" என இருந்தது. காலை பிரம்ம முஹூர்த்தத்தில் எழுந்து குளித்து பழம், வெற்றிலை வைத்து அகஸ்தியர் மந்திரத்தை ஆயிரத்து எட்டு முறை வாய் விட்டு உரக்கச் சொல்லி ஒரு மண்டலம் ஜபித்தால் நாறபத்தெட்டாம் நாள் முடிவில் அகஸ்தியர் காட்சி தருவார் என்று அதற்கான வழிமுறைகளும் இருந்தது. சித்தரைக் காணும் ஆர்வத்தில் நண்பர் காலை டெல்லிக் குளிரில் விடாமல் ஜபித்தார். நாறபத்தெட்டு நாட்கள் இல்லை நான்கே நாட்களில் பலன் கிடைத்தது.

நான்கு நாட்களுக்கு பிறகு அவர் கண்களை மூடி உரக்க மந்திரம் சொல்ல அவர் முன் யாரோ நிற்பதைப் போல இருந்தது. கண்களைத் திறந்து

பார்த்தால் இரண்டு சர்தார்ஜிக்கள் நின்றுகொண்டு இருந்தார்கள். “தினமும் காலையில் எங்கள் இரண்டு பேரையும் கூப்பிடுகிறாயே, உனக்கு ஏதாவது உதவி வேண்டுமா..? நான் மங் சிங் இவர் அங் சிங்” என்று ஒரு சர்தார்ஜி சொன்னவுடன் நண்பர் மயங்கி விழுந்தார்.

வேடிக்கையாக இதைச் சொன்னாலும் இதில் உண்மை ஒன்று உண்டு. குருவின் வழிகாட்டுதல் இல்லாமல் எத்தகைய முயற்சியும் பலன் தராது. மந்திரங்களை ஜபம் செய்து அதன் மூலம் ஓர் இலக்கை அடைய வேண்டுமானால் மந்திர சாஸ்திரங்களை குரு வழியில் கற்று அதன் கட்டமைப்பைத் தெரிந்துகொண்டு முன்னேற்றம் அடைய வேண்டும். நாமாக ஒரு புத்தகத்தில் மந்திரத்தை வாசித்தால் பலன் தராது. நீச்சல் அடிப்பது எப்படி என்று புத்தகம் வாசித்துவிட்டு கடலில் குதிப்பதற்கு சமம்.

சித்தர்கள் உலகுக்கு மட்டுமல்ல... ஆன்மீக உயர்நிலைக்கு செல்லும் அனைத்து பாதைகளுக்குமே மந்திரங்கள்தான் சாவி. ஒவ்வொரு பூட்டுக்கும் ஒரு சாவி இருப்பதை போல ஒவ்வொரு இறையாற்றலுக்கும் ஒரு மந்திரம் உண்டு. சாவி தயாரிப்பவர்களிடம் அனைத்துப் பூட்டுக்கும் சாவி இருப்பதை போல குரு அளிக்கும் மந்திரம் அனைத்தையும் திறக்கும் சாவியாக இருக்கும்.

செறிவு பெற்ற வார்த்தைகளைத் தான் மந்திரம் என்கிறார்கள். ஒலி வடிவமானதை வரிவடிவில் படித்தால் சரியாக உச்சரிக்க முடியாது. பிரபஞ்ச ஒலியை உணர்ந்தவர்கள் அவர்கள் கேட்ட ஒலியை நமக்குக் கடத்துவதால் மட்டுமே மந்திரங்கள் வேலை செய்யும்.

சித்தர்கள் வசிக்கும் இடத்திற்கு நாம் செல்ல விசா என்பது இந்த மந்திரங்கள் தான். ஒரு நாட்டிற்குச் செல்ல எப்படித் தகுதியின் அடிப்படையில் விசா அளிக்கிறார்களோ, அதுபோல நமது மந்திரத்தின் ஆற்றலின் அடிப்படையில் சித்தர் உலகிற்குப் பிரவேசிக்கலாம். விசா அளிக்கும் பொழுது நமக்கு அந்த நாட்டில் பயணம் செய்யும் பொழுது தேவையான பணம் இருக்கிறதா என்பதை நிரூபணம் செய்வதைப் போல சித்தர் உலகில் நாம் வாழும் அளவுக்கு நமக்கு ஆற்றல் இருக்கிறதா என நாம் நிரூபணம் செய்ய வேண்டும்.

ஒரு மனிதன் அடையும் மந்திர ஆற்றல் என்பது ஸித்தி என அழைக்கப்படுகிறது. ஸித்தி என்பது ஒரு நிலை அல்லது இயங்கு தன்மை. குறிப்பிட்ட அலைவரிசையில் பல்லாயிரக்கணக்கான முறை அந்த மந்திரங்களைச் சொல்லும் பொழுது அடையும் ஒரு ஆற்றல் நிலையாகும்.

மந்திரங்கள் எங்கே பதியப்பட்டு இருக்கும்? பல்லாயிரம் முறை ஜபித்த மந்திரம் என எங்கே எண்ணிக்கை வைக்கப்பட்டிருக்கும்? நமது உடலில் மூளையிலா, மனதிலா என்று பார்ப்போம்.

நமது உடலில் சூட்சமப் பகுதிகளிள் உண்டு. நம்மால் உணர மட்டுமே முடியும். கண்களால் பார்க்க முடியாத பகுதியே சூட்சம உடல். காலையில் சக்தியுடன் இயங்கும் நமக்கு மதிய வேளை நெருங்க சோர்வு ஏற்படுகிறது. மனது உற்சாகமுடன் இருக்கும் பொழுது வரும் உத்வேகம், துக்கத்துடன் இருக்கும் பொழுது வருவதில்லை. இந்த உடல் ஆற்றல் மாறுபாட்டை நாம் உணர முடியுமே தவிர பிறருக்குக் காட்ட முடியாது. கருவிகள் கொண்டும் அளக்க

முடியாது. இத்தகைய உடல் பகுதிக்கு தான் சூட்சம உடல் என பெயர்.

சூட்சம உடலில் நமது ஆற்றலைக் கடத்தும் சாலைகள் உண்டு. இந்தச் சாலைகளுக்கு நாடிகள் என்று பெயர். நாடிகள் நமது சுவாசம் மூலம் பெறும் ஆற்றலை சூட்சம உடல் முழுவதும் கடத்தும் வயர்கள் போலச் செயல்படுகிறது.

சராசரியாக ஒரு மனிதன் ஒரு நாளுக்கு இருபத்தோராயிரத்து அறுநூறு முறை சுவாசம் செய்கிறான். அதில் பெறப்படும் ஆற்றல் எழுபத்திரண்டாயிரம் நாடிகளில் சென்று அவனை ஆற்றல் கொண்டவனாக்குகிறது. மன அழுத்தம், சோர்வு இருக்கும் சமயம் நமது சுவாச அலைவரிசை சரியாக இல்லாமல் இருக்கும் பொழுது, நாடிகளில் பயணிக்கும் ஆற்றல் முழுமையாக இருப்பதில்லை. அதனால் நம்மால் செயல்புரிய முடியாமல் போகிறது. உற்சாக மனநிலையில் சுவாசம் நன்றாக பயணித்து நாடிகளை மீட்டுகிறது. அதனால் நாம் ஆற்றலுடன் செயல்படுகிறோம்.

நாடிகளின் இந்தக் கட்டமைப்பே மந்திரங்கள் செயல்படும் தளமாக இயங்குகிறது. மந்திரங்களைத் தொடர்ந்து உச்சரிக்கும் பொழுது அதனால் ஏற்படும் சக்தி நாடிகளில் பயணிக்கிறது. மந்திரத்தைத் தொடர்ந்து சொல்பவர் இருபத்தோராயிரத்து அறுநூறு முறை மந்திரம் சொன்னதாக வைத்துக்கொள்வோம். ஒரு சுவாசத்திற்கு ஒரு மந்திரம் என்ற நிலையில் நாடிகளில் ஆற்றல் பயணிக்கும். இதுவே அவர் இரண்டு லட்சம் முறைக்கு மேல் சொன்னால் ஒவ்வொரு நாடியிலும் பத்து மடங்கு ஆற்றல் பயணிக்கும்.

மந்திர ஆற்றல் பன்மடங்கு பெருகி ஒரு சுவாசத்திற்கு நூறு அல்லது ஆயிரம் என விகிதம் அதிகரிக்கும் பொழுது நாடிகள் தூண்டபப்பட்டு அதிக ஆற்றலுடன் செயல்பட்டு உயர்நிலையை அடையும். இதற்கு மந்திர ஸித்தி என்று பெயர்.

சித்தர்கள் அஷ்டமா ஸித்தி பெற்றவர்கள் என்று கேள்விப்பட்டிருப்போம்.

எட்டு சித்துக்கள் மட்டும் தான் இருக்கிறதா என்றால் இல்லை. இவை சித்துக்களில் உயர்ந்த சித்துக்களாக போற்றப்படுகிறது. அதனால் இவை அஷ்ட மஹா சித்துக்கள் என அழைக்கப்பட்டு நாளடைவில் அஷ்டமா சித்து என மாற்றம் அடைந்தது. அஷ்டமா சித்துக்களின் பெயர்கள் அணிமா, லகிமா என மாவில் முடிவதால் கூட அஷ்டமா என அழைக்கபட்டிருக்கலாம்.

ஆற்றல் அதிர்வுகளை கொண்ட நாடிகளில் இருந்தே இத்தகைய சித்துக்கள் வெளிப்படுகிறது. அப்படியானால் மொத்தம் எழுபத்தி இரண்டாயிரம் சித்துக்கள் இருக்கிறது. அவற்றில் உயர்ந்த சித்து என சொல்லப்படுவது எட்டு சித்துக்கள்.

ஒவ்வொரு நாடியும் உயர் அதிர்வுக்கு வரும் தருவாயில் ஒவ்வொரு சித்துக்களாக கைவரப் பெறுவார்கள். அப்படி வருகையில் ஒரு குறிப்பிட்ட நாடிகள் தூண்டுவதால் வேறு பரிமாணம் கொண்ட உலகில் பிரவேசிக்கும் ஆற்றல் பெற முடியும்.

நாடிகள் எழுபத்திரண்டாயிரம் நமது தலை முதல் கால் வரை இருந்தாலும் இவை அனைத்தும் ஓர் இடத்தில் இணைவு பெறுகிறது. அனைத்து நாடிகளும் இணையும் புள்ளி புருவ மத்தியாகும். புருவத்திற்கு

இடையே இருக்கும் இடத்தில் துவங்கி நெற்றி வரை இருக்கும் பகுதிக்கு சித்தாகாசம் என்று பெயர். இதன் தன்மையை முன்பே விளக்கி உள்ளேன்.

சித்தாகாச உலகின் கதவு புருவத்தின் மையத்தில் இருக்கிறது. நாடிகளில் எதை தூண்டினாலும் புருவ மையத்திற்குச் செய்தி செல்லும். அங்கே பரிசீலனை செய்யபட்டு சித்த ஆகாஸத்தில் ஏற்றுக்கொள்ளப்படும்.

நமது மந்திரங்களின் எண்ணிக்கை, எத்தனை ஆற்றல் நாம் உருவாக்கி இருக்கிறோம்... இவை அனைத்தும் சித்தாகாசத்திலேயே பதியப்படுகிறது.

குறிப்பிடத்தக்க அளவு ஆற்றல் பெருகும் பொழுது சித்தாகாசத்தின் கதவு திறக்கிறது. அங்கே சித்தர்கள் உலகு வெளிப்படுகிறது.

சித்த உலகு என்பது பல்லாயிரம் கோடி ஒளியாண்டுக்கு அப்பால் பால்வெளித்திரளுக்கு அருகே இருக்கும் பகுதி எனக் கற்பனை செய்ய வேண்டாம். நமக்கு மிக அருகே நம்மிடையே இருக்கும் உலகம் அது. நாம் அந்தப் பரிமாணத்தை காணக் தடையாக இருப்பது நமது நாடிகள் தான். ஆற்றல் இருக்கும் பொழுது நாடிகள் பரிணாமத்தைக் காட்டும். ஆற்றல் இல்லாத பொழுது எதையும் காட்டாது.

நவீன கம்ப்யூட்டரில் பல விஷயங்கள் செய்யலாம் என்றாலும் மின்சாரம் (அல்லது பேட்டரி) இல்லை என்றால் அது வெறும் பெட்டி தானே? நாடிகளில் ஆற்றல் பெற்றால் அவை பல்லாயிரம் ஸித்திகளை கொடுக்கிறது. நாடிகளின் ஆற்றல் தேக்கி அவற்றில் வாழ்பவர்களைச் சித்தர்கள் என்கிறோம்.

குழந்தையாக இருக்கும் பொழுது காணும் நிர்வாணம் சலனப்படுத்துவதில்லை. அதுவே இருபது வயதில் பெரும் தாக்கத்தை உண்டு செய்கிறது. நம் கண் முன்னே இருக்கும் ஒரு விஷயம் பார்க்கும் பாவனையில் மாறுவதை போல நம் முன்னே சித்தர்கள் உலகம் இருக்கிறது. நாம் ஆன்மீக பருவம் கைவரப்பெறும் பொழுது சித்த உலகம் விரிவடைகிறது.

சித்தர்கள் உலகிற்குச் சென்று நாம் என்ன செய்யப்போகிறோம்? இடைக்காடர் சித்தருடன் செஃல்பி எடுத்து இஸ்டாகிராமில் போட்டோ போடலாமா? கோரக்கரை சந்தித்து 'யூட்யூப் ஷார்ட்ஸ்' போட்டு பிரபலமாகலாமா..?

சித்தர்களின் உலகில் நுழைந்தால் என்ன நடக்கும் என்பதைப் பார்ப்போம்.

18. மந்திரங்கள்

சித்தர்களின் வார்த்தைகள் அர்த்தம் நிறைந்தவை. பெரும்பாலான மனிதர்கள் சித்தர்களின் வார்த்தைக்கு அர்த்தம் புரிந்துகொள்ள முயற்சிப்பதைவிட தங்களின் சோம்பேறித்தனத்திற்கும் ஆணவத்திற்கும் சாட்சியாகச் சித்தர்களின் வார்த்தையைப் பயன்படுத்துவார்கள்.

‘மனமது செம்மையானால் மந்திரம் தேவையில்லை’ என்ற ஒரு சித்தர் வரிகளை பிடித்து வாதம் செய்யும் பலர் இருக்கிறார்கள். அவர்களுக்குச் சௌகரியமான வார்த்தையை எடுத்துக்கொண்டு, ‘பாருங்கள் சித்தரே சொல்லிவிட்டார் மந்திரம் தேவை இல்லை’ என்பார்கள். மனம் அது செம்மையானால் என்ற பதம் அவர்களுக்குக் கண்களில் படுவதில்லை.

சிவவாக்கியரின் நட்டகல்லும் பேசுமோ என்ற வார்த்தையும் இப்படித்தான் தர்க்கத்திற்குக் பயன்படுத்தப்படுகிறது. நாத பாரம்பரியத்தில் ஒருவரான சிவவாக்கியர், ‘நட்ட கல்லும் பேசுமோ

நாதன் உள் இருக்கையில்' என்று கேட்கிறார். நாதன் உள்ளே இருப்பவர்கள் எதற்கு வெளியே இருக்கும் கல்லையும் கடலையும் பார்க்க வேண்டும் என்பதே அவர் கேள்வி. நட்ட கல் பேசாது என்பது அல்ல அவரின் வாதம்.

தள்ளாத வயதில் இருக்கும் ஒருவரிடம் சென்று, 'வாக் அது வடிவானால் வாக்கிங் ஸ்டிக் தேவை இல்லை' என கூறி அவரின் வாக்கிங் ஸ்டிக்கைப் பிடுங்குவதற்கு ஒப்பானது. மனம் செம்மை ஆகிவிட்டதா..? ஆம் என்றால் மந்திரம் தேவை இல்லை. செம்மை ஆகவில்லையா..? மந்திரம் தவிர வேறு வழியே இல்லை.

மந்திரம் என்றவுடன் இத்தனை லட்சம் அல்லது கோடி ஜபம் செய்தால் இலக்கை அடைந்து விடலாம் எனக் கணக்கிட்டுக் கொண்டு இருக்கக்கூடாது.

நாடிகள் மந்திரத்தால் அதிர்வு பெறுவது என்பது எண்ணிக்கை மட்டும் சார்ந்தது அல்ல. நமது வாழ்க்கை முறை, பழக்க வழக்கங்கள் இவையனைத்தும் தாண்டி நமது கர்ம வினைகள் ஆகியவை எத்தகைய அதிர்வுகளை நமக்கு ஏற்படும் என்பதை காட்டுகிறது.

பாறையை ஒரு குச்சி வைத்துத் தட்டினால் வரும் ஒலிக்கும் வெண்கலத் தாம்பாளத்தை தட்டினால் வரும் ஒலிக்கும் இருக்கும் வித்தியாசம் போன்றது இது. ஒரே குச்சி, ஒரே அழுத்தம் கொண்ட தட்டு. ஆனால் அந்தப் பொருளுக்கு ஏற்ப ஒலி கடத்தப்படுகிறது.

மந்திர ஒலியும் நமது உடல் மற்றும் வாழ்க்கை முறைக்கு ஏற்ப மாறுபட்ட அளவில் அதிர்வைக் கொடுக்கும் என்பதை உணர வேண்டும். பல கோடி

முறை ஒருவர் ஜபம் செய்தால் அடையும் நிலையை ஒருவர் சில முறை சொல்வதால் அடைந்துவிட முடியும்.

துங்கபத்ரா நதிக்கு அருகே இருக்கும் புகழ் பெற்ற ஆசிரமம் அது. அங்கே குரு தனது சிஷ்யனுக்கு மந்திர தீக்ஷை கொடுத்தார். நரசிம்ம மந்திரத்தை அவர் தீக்ஷையாக கொடுக்கும்முன் சொன்னார் இதை தொடர்ந்து சொல்லி வந்தால் விரைவில் நரசிம்மரை தரிசிக்கலாம். சிஷ்யனின் காதில் மூன்று முறை மந்திரம் சொன்னார் குரு. சிஷ்யன் திரும்ப மூன்று முறை சொல்லி அதைச் சரிபார்க்க வேண்டும். இது தான் தீக்ஷையின் நியதி. சிஷ்யன் நரசிம்மரை மனதில் தியானிக்கத் துவங்கி முதல் முறை திரும்ப சொன்னான். நரசிம்மரின் உருவும் ஒளியும் அவருக்குள் பிரகாசிக்கத் துவங்க தன்னிலை மறந்தான். சில நிமிடங்களுக்கு பிறகு சுய உணர்வு வந்து பார்த்த பொழுது சிஷ்யனின் கால்களில் விழுந்து நமஸ்கரித்துக்கொண்டிருந்தார் குரு.

பதட்டத்துடன் எழுந்து *'குரு நம் காலில் விழுவதா?'* என்று அதிர்ந்தான். *'நரசிம்ம மந்திரத்தை ஒரு முறை உச்சரித்தவுடன் நீ நரசிம்ம மூர்த்தியாகவே மாறிவிட்டாய். உன் உள்நிலையில் ஏற்பட்ட பிரகாசம் வெளியேயும் ஒளிர்ந்தது. நான் உன்னை நமஸ்கரிக்கவில்லை. நரசிம்மரையே நமஸ்கரித்தேன்.'* என்றார் குரு.

மந்திரங்களைப் பல கோடி முறை உச்சரிக்க வேண்டும் என அவசியம் இல்லை. தேங்காய் நார்க் கயிறும் வீணையின் தந்திக கருவியும் ஒரே போல இருக்கும் ஆனால் மீட்டினால் ஒலி வீணையின் தந்தியில் மட்டுமே எழும். சரியான முறையில்

கயிறைத் தயார் செய்தால் அதையும் வீணையின் தந்திக் கருவியாக்கலாம் என்பதே மந்திரத்தின் சக்தி.

மத்தியத் தமிழகத்தின் பரந்துவிரிந்த மாவட்டம் அது. அங்கே இருக்கும் ஓர் சிற்றூர்க் கோவிலைப் பகல் பன்னிரண்டு மணிக்கு வந்து அடைந்தேன். கோவிலின் கருவறை மட்டும் பூட்டி இருந்தது. சிறிய கோவில் என்பதால் தெருவில் இருந்து நுழைந்ததும் பிரகாரம் போல சுற்றி வரும் இடம் நடுவே கருவறைக் கோவில். பலகோடி மந்திரம் ஜபம் செய்ய வேண்டும் என்று அலைபாய்ந்து கொண்டிருந்த காலம். சிறிய நோட்டில் இதுவரை எத்தனை லட்சம் செய்து இருக்கிறேன் இனி வரும் ஒவ்வொரு நாளும் எத்தனை செய்ய வேண்டும் என திட்டமிட்டு எழுதிவைத்திருந்தேன்.

ஜபம் செய்வதைவிட அதன் இலக்கை நோக்கி ஓடுவதில் ஆர்வம் அதிகமாக இருந்தது. மாதாந்திர டார்கெட் நோக்கி ஓடும் மருந்துக் கம்பெனியின் ரெப்ரசண்டேட்டிவ் போல மந்திரம் என்னை மந்திரித்து விட்டு இருந்தது.

கண்களை மூடி ஜபம் செய்ய துவங்கினேன். மந்திரம் பழகிவிட்டிருந்தது. ஆனால் மனதில் நினைக்க வேண்டிய இறை உருவம் என்னால் நிலை நிறுத்தமுடியவில்லை. வெளியே ஓடும் பஸ் சப்தம், கீரை வாங்கலயோ என கீரை விற்கும் அம்மாளின் குரல், தூரத்து தொழில்சாலையின் மிஷின் சப்தம், கோவிலின் கருவறைக் கதவில் மாட்டி இருக்கும் மந்திரம் சொல்லும் எலக்ட்ரானிக் கருவியில் எஸ். பி.பியின் குரலில் ஒலிக்கும் ஓம்.. மந்திரம். அந்த மந்திரத்தை கேட்டவுடன்...அவர் ‘இதயத்தை திருடாதே’ படத்தில் பாடிய ஓம் நமஹா பாடல் ஒருமுறை மனதில் வந்து போனது.

மந்திரம் ஒருபக்கம் ஓடிக்கொண்டிருக்க, மனது உலகை ஒரு சுற்று சுற்றி வந்தது. பல நூறு எண்ணிக்கைகள் ஜபம் செய்துவிட்டு திருப்தியாக கண்களை திறந்தேன். தாடி ஜடா முடியுடன் எனது முகத்திற்கு மிக அருகே ஒருவர் இருந்தார். சிங்கத்தின் முகச் சாயல். மூக்கை என் மூக்குடன் உரசும் அளவுக்கு என் முகத்தை நெருங்கி இருந்தார். அதிர்ச்சியும் பயமும் கலந்தவண்ணம் பின்வாங்கி எழுந்தேன். இது யார் ? தெருவில் சுற்றும் பைத்தியமா? இல்லை எதாவது நம்மிடம் திருட வந்தவனா? எனக்குள் மின்னல் வேகத்தில் பல கேள்விகள்.

'பல ஆயிரம் ஜபம் பண்ணிட்டியா? எண்ணிக்கை எழுதி வச்சுகிட்டா மந்திரம் திகைஞ்சுடுமா?' என்றவாறே பல சிறப்பு சொற்களை கூறினார். என்னால் காது கொடுத்துக்கூடக் கேட்க முடியவில்லை.

என்னை திட்டிக்கொண்டே எழுந்து கருவறை கதவில் மாட்டப்பட்டிருந்த ஸ்லோகம் சொல்லும் பெட்டியை ஸ்விட்சு அணைக்காமல் மந்திரம் சொல்லுக்கொண்டிருக்கும் போதே பிடுங்கி எடுத்து வந்தார். மந்திரம் சொல்லும் பெட்டி தீப்பொறியை கக்கி தனது எதிர்ப்பை தெரிவித்தது.

என் முகத்திற்கு நேராக காட்டி, "இது பல கோடி முறை ஜபம் செய்துவிட்டது. இது மந்திர ஸித்தி அடையுமா? மடையா" என்றவாறே சூரைத்தேங்காய் உடைப்பதை போல என் முன் உடைத்தார். கோவிலின் பின்வாசல் வழியாக வயல்வெளிக்குச் சென்றுவிட்டார். ஊரின் பெயரைப் போல நான் உறைந்து நின்றேன். மந்திரப் பெட்டி போல எண்ணிக்கையை நோக்கி ஓடிய ஆணவமும் சுக்கு நூறாக உடைந்தது. மீண்டும் விழிப்புணர்வுடன் எனது மந்திர ஜபம் துவங்கியது.

சித்தர்கள் உலகிற்கு செல்ல மந்திரம் தான் சாவி என்றேன். அந்தச் சாவியின் திறன் பொருத்து பூட்டை நாம் திறக்கும் சௌகரியம் பெறுவோம். சிலர் முழங்கை அளவில் இருக்கும் பெரும் இரும்புச் சாவியை உபயோகிப்பார்கள். சிலர் நவீனகாலப் பூட்டை போல கைவிரல் ரேகை பட்டதும் திறக்கும் வகையில் உபயோகிப்பார்கள்.

சித்தர்கள் உலகைத் திறக்கும் மந்திரங்களை சித்தர்கள் கொடுக்க வேண்டியது இல்லை. நமக்கு மந்திர தீக்ஷை அளிக்கும் குரு சித்தராக இருக்க வேண்டிய அவசியமும் இல்லை. ஆனால் சிலவேளை சித்தர்கள் குருவாக வரக்கூடும். ஆனால் நமக்கு ஆணவம் பெருகி மந்திரம் கிடைத்து விட்டது என ஆட்டம் போட்டால், குரு வரமாட்டார். சித்தர்கள் தான் வந்து அடித்து நொறுக்குவார்கள்.

மந்திரங்களின் ஆற்றல் மின்சாரம் போன்றது. தொலைக்காட்சிப் பெட்டியில் ஒரு திரைப்படம் பார்க்கும் பொழுது குறைந்த மின் அழுத்தம் காரணமாக அது விட்டு விட்டு காட்சியாக தெரியும். அதிக மின்னழுத்தம் வந்துவிட்டால் தொலைகாட்சி பெட்டியே கருகிவிடும். மந்திர சாதனா என்பதும் அது போலத்தான். உலோகத்தை உருக்கி ஆபரணமாக்கும் திறமைக்கு சற்றும் குறையாத விழிப்புணர்வும் தெளிவும் அவசியம்.

மந்திரத்தின் ஆற்றல் சரியான அளவு அமையும் பொழுது சித்தர்களின் உலகத்தில் நிலையாக வலம் வரலாம். அதுவே குறைவானால் அங்கே சில நொடிகள் காட்சியை காண முடியும். குருவின் அருளால் நமக்கு சரியான மந்திர ஆற்றல் கைவரப்பெற முடியும்.

மந்திரம் சொல்லியாகிவிட்டது, சித் உலகில் நுழைந்துவிட்டோம். இனி என்ன? சித்தர்களுக்கு அழிவில்லை. அவர்கள் அழிவில்லாமல் வாழும் உலகே சித்தர்களின் உலகாகும். மனிதர்களின் ஆற்றலைவிடச் சற்று உயர் ஆற்றல் பெற்றவர்கள். அவர்களின் மூலம் ஆன்மீகம் என்ற உள் உலகையும், நாம் வாழும் வெளி உலகையும் முழுமையாக கையாள முடியும்.

சித்தர்கள் கையாளும் மருத்துவம் தனித்துவமானது. மனித ஆற்றலால் குணமாக்க முடியாதவைகள் அவர்களால் முடியும். சித்தர்களின் ஜோதிடமும், நாம் கல்யாணத்திற்கும் வீடுவாங்குவதற்கும் பார்க்கும் ஜோதிடம் அல்ல. அதுவும் தனித்துவமானது.

சித்தர்களின் உலகில் தொடர்புகொண்டால் நமக்கு இயல்பாகக் கிடைக்கும் அறிவு உயர்ந்து பேரறிவாக மாற்றம் அடையும். மனித அறிவில் கற்ற விஷயங்கள் சித்தர்களின் தொடுதலால் மெய்ஞ்ஞானமாக மாற்றம் அடைந்து பன்மடங்கு பயன்கொடுக்கும்.

முதலில் நாம் புரிந்துகொள்ள வேண்டியது நம் காலப் பரிமாணமும் அவர்களின் காலப் பரிமாணமும் வேறு வேறு. நமக்கு ஒரு நாள் என்பது அவர்களுக்கு ஒரு நிமிடம் மாதிரியா என்று அற்பமாகச் சிந்திக்க வேண்டாம்.

உங்களுக்கு முப்பது வயது எனவைத்துக்கொள்வோம். ஒரு சித்தர் காண்கிறார் என்றால் அவர் முப்பது வயது உங்களை மட்டும் பார்க்க மாட்டார். உங்களின் ஆயுள் எண்பது வயது வரை இருப்பதாக கொண்டால், ஒரு வயது முதல் எண்பது வயது வரை உங்களை ஒரே சமயத்தில் பார்ப்பார். ஒரே நேரத்தில் உங்கள்

15 வயதுடனும் உங்களின் அறுபது வயதுடனும் உரையாடுவார். மேற்சொன்னதும் உங்கள் உருவகத்திற்குத்தான். உங்களுக்கு பல பிறப்புகள் மேல் நம்பிக்கை இருந்தால், சித்தர்கள் உங்களின் பல பிறப்புகளுடன் ஒரே நேரத்தில் உரையாடுவார்கள் என்று புரிந்துகொள்ளுங்கள்.

சித்தர்கள் உலகில் அவர்கள் இருக்கிறார்கள் எனச் சொல்லுவது புரிகிறது. அப்படியானால் சித்தர்களின் உடல் சமாதி வைக்கப்பட்டிருக்கும் இடத்தில் சித்தர்கள் இல்லையா? அது அவர்களின் வெறும் உடல் மட்டும் தானா? சித்தர்கள் சமாதியில் ஆன்மீக உணர்வலைகள் வருவதாக சொல்லுகிறார்களே... அது எல்லாம் போலி உணர்வா?

சித்தர்கள் சமாதியில் சித்தர்கள் இருக்கிறார்களா? வாழும் சித்தர்கள் ஸித்தி அடைந்த பிறகு அவர்களின் மேல் சிவலிங்கம் வைத்துக் கோவில் கட்டுவார்கள். வைணவ முறையில் பிருந்தாவனம் அமைப்பார்கள். சூஃபியில் தர்கா அமைப்பார்கள். இவை ஆற்றல் கொண்டவையா? இல்லை நினைவு சின்னமா?

சமாதி என்பது என்ன என ஆராய்ந்தால் தானே இந்த உண்மை விளங்கும்?

19. சம ஆதி

சமாதி என்பது சித்தர்களின் உடல் அடக்கம் செய்யப்பட்டு அதன் மேல் எழுப்பப்பட்ட கோவில் என்பது நமக்குத் தெரியும். கடவுளைக் கும்பிடுவதை விட்டு இறந்த உடலைக் கும்பிடுவது சரியா என்று சிலர் வாதம் செய்வதைக் காண முடியும்.

சமாதி என்பது உடலை அடக்கம் செய்யும் இடம் எனக் கல்லறை போல நினைத்தால் அது நமக்குத்தான் இழப்பு. கங்கையில் குப்பைகள் மிதக்கிறது என தொலைக்காட்சி நிகழ்ச்சியில் காட்டியதால் கங்கையில் நீராடாமல் இருப்பவர்கள் பலர் இருக்கிறார்கள். இதனால் கங்கைக்கு ஏதேனும் இழப்பு உண்டா..?

ஒரு பக்கம் சமாதியைக் குறைவாக எண்ணி வெறுத்து ஒதுக்குபவர்கள் இருக்கிறார்கள். மறுபுறம், 'சித்தர் சமாதிக்குச் சென்று கண்களை மூடி அமர்ந்து பின்பு ஒரு வைப்ரேஷன் தெரிகிறது' எனப் பெருமை பேசுபவர்கள் இருக்கிறார்கள். மொத்தத்தில்

சமாதியைப் புரிந்து கொண்டவர்கள் எண்ணிக்கை குறைவே.

சமாதி என்றால் சமம் + ஆதி அல்லவா..? ஆதி சொரூபமான பரமாத்மா எனும் ஆதிநாதருடன் தன்னை ஓர் உயிர் சமமாக்கிக்கொண்டால் ஏற்படுவது தான் சமாதி.

'தெள்ளத் தெளிந்தார்க்கு சீவன் சிவலிங்கம்' என்றார் சதாசிவ நாதர். தெள்ள தெளிந்த சித்தரின் உள்ளம் பெரும் கோவில். அவரின் ஊண் உடல் ஆலயம். அதை சரியாகப் பயன்படுத்தாமல் அழித்தால் ஓர் கோவிலை அழித்ததற்குச் சமம் அல்லவா..?

தனது உயிரைச் சித்தர்கள் வாழும் போதே இறைத்தன்மையுடன் இணைத்து விடுகிறார்கள். அதற்கு ஜீவ ஐக்கிய சமாதி என்று பெயர். இறையாற்றலாக அவர்கள் உடலில் இயங்கும் சக்தி அந்த உடலின் காலம் முடிந்ததும் இலக்கு இல்லாமல் செயல்படத் துவங்கும். உயர் சக்தியைச் சரியாக வடிவமைத்து என்றுமே நமக்கு பயனுள்ள கருவியாக மாற்றுவதே சமாதி செய்தல் எனும் செயல்பாடாகும்.

திருமந்திரத்தின் ஏழாம் தந்திரம் சித்தி பெற்றவர்களின் உடலை எப்படிச் சமாதி செய்வது என்பதைத் தெளிவாக விளக்குகிறது. உடலை நிலைபெற செய்யும் வழிமுறைகள், மேலும் எப்படிக் குகை என்ற வடிவில் குழி வெட்டுவது போன்றவற்றை சதாசிவ நாதர் அளவு முதற்கொண்டு விளக்குகிறார். சமாதிக் கிரியை என்ற இந்த பாடல்கள் இன்றும் சமாதி செய்பவர்களுக்குக் கையேடாக இருந்துவருகிறது.

சித்தி பெற்ற ஓர் உடலைச் சமாதி செய்யாமல் அழித்துவிட்டால் உயர் ஆற்றல் நிலைபெறாமல்

அந்த நாட்டுக்கும் ஆட்சியாளர்களுக்கும் எத்தகைய பாதிப்பை அளிக்கும் என்பதையும் சதாசிவ நாதர் விளக்கியுள்ளார்.

அந்தமில் ஞானிதன் ஆகம் தீயினில்
வெந்திடின் நாடெலாம் வெப்புத் தீயினில்
நொந்து நாய்நரி நுகரின் நுண்செரு
வந்துநாய் நரிக்கு உணவாகும் வையகமே.

எண்ணிலா ஞானி உடல்எரி தாவிடில்
அண்ணல்தம் கோயில் அழல்இட்டது ஆங்கு ஒக்கும்
மண்ணில் மழைவிழா வையகம் பஞ்சமாம்
எண்ணரு மன்னர் இழப்பார் அரசே.

திருமந்திரம்- ஏழாம் தந்திரம் - 1910, 1911

சித்தர்கள் சமாதி என்பது பல்வேறு வகையானது. அவர்களின் உடல் விட்டவுடன் சமாதி செய்வது என்பது அதில் ஒரு வகை. அது மட்டுமே செயல்முறை கிடையாது.

சித்த நிலை கொண்ட நாதர்கள் ஆழ்ந்த தியான நிலையில் தங்களின் ஜீவனை ஆதிநாதருடன் ஐக்கியமாக்குவார்கள். அத்தகைய நிலையின் போது அவர்கள் அங்கே இல்லாமல் அவர்களின் உடல் ஆதிநாதர் வாழும் வீடாக மாறும். பிறகு அவர்கள் மீண்டு திரும்ப அவர்களின் உடல் செயல்பாட்டுக்குள் வருவார்கள். தான் என்ற அடையாளம் தொலைந்து அங்கே ஆதிநாதர் மட்டுமே ஒளிர்வார். இத்தகைய சமாதியைப் பதஞ்சலி முனிவர் தனது யோக சூத்திரத்தில் நிர்விகல்ப சமாதி (இரண்டு என்ற வேறுபாடு இல்லாத ஒருமையான சமாதி) என அழைக்கிறார்.

பல நாதப் பாரம்பரிய சித்தர்கள் இத்தகைய சமாதி நிலையை அடைந்த இடங்கள் அவர்களின் சமாதிக் கோவில்கள் எனச் சொல்லுவது உண்டு. சில இடங்களில் அவர்களின் சமாதி என்பது அவர்கள் உடல் குகை செய்யப்பட்ட இடமாக இருக்காது. அவர்கள் சில காலம் அங்கே தங்கி நிர்விகல்ப சமாதியில் அமர்ந்ததால் அந்த இடம் சமாதி என அழைக்கப்படுகிறது. உதாரணமாக, கோரக்க நாதருக்கு உடல் குகை வைக்கப்பட்ட சமாதி, இடம் எதுவும் இல்லை. அவர் தனது உடலைப் பிரபஞ்ச வெளியில் கலந்துவிட்டார். ஆனாலும் தமிழ்நாடு முதல் இந்தியாவின் பல பகுதியில் கோரக்கர் சமாதி இடம் இருக்கிறது. இவை அனைத்தும் கோரக்கர் நிர்விகல்பமாக அமர்ந்த இடங்கள் என்பதை புரிந்து கொள்ளுங்கள்.

சித்தர்கள் தங்கள் பிறப்பு இறப்பை அடையாளப்படுத்தாமல் வந்து செல்கிறார்கள் என்று பார்த்தோம். அப்படியானால் அவர்களின் இறப்பை அவர்கள் அடையாளப்படுத்தாமல் காணாமல் போகிறார்கள். அல்லது நமது அறிவுக்கு எட்டாமல் இருக்கிறார்கள். அதனால் அவர்களின் உடலை ஐக்கியமாக்குவது என்பது சாத்தியமில்லை. அவர்களின் சமாதி என்பதே உடலற்ற சமாதியாகும். ஆண்டாள், மாணிக்கவாசகர் துவங்கி பல்வேறு ஆன்மீக உயர்நிலையில் இருந்தவர்கள் தங்கள் உடலுடன் ஐக்கியமானதைக் காண முடியும்.

திருவண்ணாமலையின் மேல் விருபாக்ஷி தேவர் என்ற ஞானி வாழ்ந்த குகை விருபாக்ஷி குகை என அழைக்கப்படுகிறது. அந்த குகை ஜன்னல்கள் இல்லாத ஒரு வாசல் மட்டுமே கொண்ட இயற்கையான குகை. தனது உடலை ஒரு துணி கொண்டு மூடச் செய்தார்

விருபாக்ஷி தேவர். தனது சீடர்களை வெளியே நிற்க சொல்லிவிட்டு சிறிது நேரத்திற்கு பின் உள்ளே வரச் சொன்னார். அங்கே சிஷ்யர்கள் கண்டது ஆச்சரியத்தை தந்தது. மூடிய துணிக்குள் விருபாக்ஷி தேவரின் உடல் இல்லாமல் அது விபூதியாக மாறி இருந்தது. இன்றும் அந்த விபூதி உடலை விருப்பாக்ஷி குகையில் காண முடியும். விபூதி உடலையும் குகையையும் சில காலம் பகவான் ரமண மகரிஷி பாதுகாத்து வந்தார் என்பது கூடுதல் சிறப்பு. இது போலவே, தனது உடலை விபூதியாக மாற்றியோ வேறு பொருளாக மாற்றிவிட்டோ உயிரை ஆதிநாதருடன் சமமாக்கி சமாதி ஆவார்கள் சித்தர்கள். சதாசிவரின் கருத்துப்படி தனது சீவனைச் சிவனாக்கியவர்கள் நாதர்கள்.

சித்த நிலையில் மற்றொரு வகை சமாதி உண்டு. அவர்கள் தியானத்திற்கோ வேறு ஆன்மீகச் செயல்பாட்டிற்கோ செல்லாமல் இயங்கி கொண்டே இருப்பார்கள். ஆனாலும் அவர்கள் சமாதியில் லயம் கொண்டவர்களாக இருப்பார்கள். வேடிக்கையாகச் சொல்லுவது என்றால் ஒரு பணக்காரர் வீட்டில் வேலை செய்யும் அந்தரங்க உதவியாளரின் நிலையில் சித்தர்கள் இருப்பார்கள். அவர்கள் அந்த வீட்டில் எங்கு வேண்டுமானாலும் செல்லும் உரிமையும் அதிகாரமும் இருக்கும்.

பணக்காரருக்கான குளிரூட்டபட்ட அறையில் இவர்களும் குளிரை அனுபவிப்பார்கள். வேறு வேலையாட்களிடம் இவர்கள் இதைச் செய் - அதைச் செய் என்று சொல்லும் போது உடனடியாக அவை செயல்படுவதைக் காண்பார்கள். ஆனாலும் இவையெல்லாம் நம்மால் நடப்பது இல்லை. நமது முதலாளியின் பெருமையாலேயே அனைத்தும் தனக்குக் கிடைக்கிறது என்பதை உணர்ந்தவர்களாக இருப்பார்கள்.

இறைவன் என்ற பணக்காரரின் வீட்டில் இருக்கும் அந்தரங்க உதவியாளர் போன்றவர்களே சித்தர்கள். தன்னால் இவை நடப்பதில்லை, இவை அனைத்தும் ஆதிநாதர் தன் மூலம் நிகழ்த்துகிறார் என ஆழ்ந்து உணர்ந்தவர்கள். தன்னால் ஏற்படும் அதிசயங்கள் தான் நிகழ்த்தியது இல்லை என்பதில் உறுதியாக இருப்பார்கள். என்னால்தான் நடந்தது என உரிமை கொண்டாட மாட்டார்கள். வெளியே பார்க்கும் பொழுது சகஜமான வாழ்க்கை முறையில் இருப்பார்கள். உள் நிலையில் தனது ஜீவனை ஆதிநாதருடன் பிணைத்திருப்பார்கள். ஜீவனை இறையாற்றலில் இணைத்து வைப்பதனால் இதற்கு ஜீவ ஐக்கிய சமாதி என்றும், இந்த நிலையை அடைந்தவர்கள் ஜீவன் முக்தர்கள் என்றும் சித்தர்களின் வாழ்க்கை விவரிக்கிறது.

பாரத தேசம் ஆன்மீக தேசம் என பெயர் பெற்றமைக்கு இந்த மண்ணில் சமாதியானவர்களின் எண்ணிக்கை கோடானுகோடி. அவர்கள் விதையாக சமாதியாகி இங்கே ஆன்மீக விருட்சமாக வளர்ந்து நிற்கிறார்கள். ஜோதிர்லிங்கம் என அழைக்கப்படும் பன்னிரு தலங்களும் நாதப் பாரம்பரிய யோகிகள் சமாதிகொண்டு அங்கே சிவலிங்க வடிவம் நிறுவப்பட்ட கோவில்களாகும். நாதப் பாரம்பரியத்தில் வைணவ மரபைக் கடைப்பிடித்தவர்களின் சமாதிக்கு மேல் துளசி தளம் அமைத்து பிருந்தவனமாக வழிபடுவார்கள். இத்தகைய சமாதிகளும் நாத சம்பிரதாயத்தின் சித்தர்கள் நிர்விகல்ப சமாதியாக வாழ்ந்த இடங்களும் பாரத தேசத்தின் ஒவ்வொரு கிலோமீட்டரிலும் உண்டு. காலங்கள் கடந்து இத்தகைய சமாதிகள் நமக்கு ஆன்மீக ஆற்றலை வழங்கி உயிர்ப்புடன் வைத்திருக்கிறது.

திருவண்ணாமலை பற்றிக் கூறும் பொழுது "அடிக்கு ஒரு சமாதி கொண்ட அருணாச்சல மலை" என்பார்கள். மலையைச் சுற்றி ஓவ்வொரு அடியிலும் சமாதிகள் இருக்கிறது. திருவண்ணாமலைக்கு அருகே இருக்கும் பர்வத மலையின் பெருமையை பற்றி கூறும் பொழுது "பிடிக்கு ஒரு சமாதி பர்வத மலை" என்பார்கள். ஒரு கைபிடி மண் எடுக்க கைவைத்தால் அதற்கு கீழே சமாதி இருக்குமாம். எங்கு எங்கு காணினும் சமாதியடா என்பதே நமது கலாச்சாரத்தின் இயல்பு.

சித்தர்களும் நம்மை போல உடல் கொண்டவர்கள் தான். அவர்களுக்கும் இரத்தம் மலம் சிறுநீர் வியர்வை ஆகியவை உடலில் இருந்து வெளியேறும். அத்தகைய உடலைச் சமாதி என்று சொல்லி குழியில் வைத்தால் சில நாட்கள் கழித்து பார்த்தால் அது அழுகிப்போய் புழுக்கள் வந்திருக்கும் அல்லவா..? இது தானே இயற்கையாக உடலுக்கு நிகழும். சித்தர்களோ மனிதர்களோ அவர்களின் உள்நிலை வேண்டுமானால் ஆன்மீக உயர்வு பெற்றதாக இருக்கலாம். உடல் என்பது அதற்குண்டான வேலையை செய்யும் என யோசிப்பவர்கள் இருக்கிறார்கள்.

வாருங்கள் ஒரு சிறு ஆய்வகத்தை உருவாக்கி சித்தர்களின் சமாதிக்குள் என்ன நிகழும் என்பதை ஆய்வு செய்து விடுவோம். பத்து பன்னிரண்டு வருடம் நவீன அறிவியலால் நம் மூளை டியூன் செய்யப்பட்டு விட்டதால் எதையும் நாம் ஆய்வுக்கு உட்படுத்தவே விரும்புவோம். கண்களால் பார்த்து உணர்ந்தால் மட்டுமே நம்புவோம். அதனால் இத்தகைய ஆய்வு நமக்கு அவசியம்.

வாழைப்பழம் அல்லது தக்காளி போன்று எளிதில் அழுகக்கூடிய கனி அல்லது காயை

எடுத்துக்கொள்ளுங்கள். இரண்டு எண்ணிக்கையில் எடுத்துக் கொள்ளுங்கள். இத்தகைய பழத்தைத் திறந்த வெளியில் மூன்று அல்லது நான்கு நாட்களுக்கு மேல் வைத்திருந்தால் அவை அழுகி அதிலிருந்து தண்ணீர் போன்ற திரவம் வெளிப்பட்டு உருக்குலைந்துவிடும் அல்லவா?

முதலில் ஒரு பழத்தை எடுத்து ஒரு இடத்தில் வைத்துவிடுங்கள். அதிலிருந்து ஒரு அடி தள்ளி மற்றொரு பழத்தை வைத்துவிடுங்கள். இப்பொழுது முதலில் வைத்த பழத்தை கைகளில் எடுத்து கண்களை மூடி உங்களுக்கு பிடித்த இறைவனை ப்ரார்த்தனை செய்யுங்கள். 'இறைவா, இந்தப் பழத்தில் உனது ஆற்றல் நிறைந்து இருக்கட்டும்' என வேண்டுங்கள். பிறகு பழத்தை அதே இடத்தில் வைத்துவிடவும். இரண்டாவது பழத்திற்கு இப்படி ஒன்றும் செய்யாமல் விட்டுவிடலாம்.

மூன்று நான்கு நாட்கள் கழித்து பார்த்தால் இரண்டு பழங்களுக்கும் மாபெரும் வித்தியாசம் இருப்பதை காணலாம். நீங்கள் ப்ரார்த்தனை செய்த பழம் அழுகாமல் காய்ந்து சுருங்கி போயிருப்பதையும், ப்ரார்த்தனை செய்யாமல் வைத்திருந்த பழம் அழுகி அதிலிருந்து திரவம் கசிந்து உருக்குலைந்து போயிருப்பதையும் பார்க்க முடியும்.

முதல் பழம் போலச் சித்தர்கள் அவர்களின் உடலை இறைவனுக்கு அர்ப்பணம் செய்துவிடுகிறார்கள். அதனால் அவர்களின் உடல் அழுகுவதில்லை. அதற்கு பதில் அது காய்ந்து சுருங்கி விடுகிறது. இதுவே ஆன்மீகத்தில் இல்லாத தன் சுகத்திற்காக மட்டும் வாழும் மனிதர்களின் உடல்கள் இரண்டாம் பழம் போல அழுகி புழுக்கள் நிறைந்துவிடுகிறது.

ப்ரார்த்தனை செய்த பழத்தில் அப்படி என்ன நிகழ்ந்து விடுகிறது..? அதற்கு பின் என்ன விஞ்ஞானம் இருக்கிறது என ஆராயத் தோன்றுகிறதா..?

சித்தர்களை பற்றி புரிந்துகொள்ள விஞ்ஞானம் எனும் அளவுகோல் சரியாக வராது. காரணம் அது எல்லைக்கு உட்பட்டது. சித்தர்களின் சூட்சமங்களை புரிந்துகொள்ள மெய்ஞ்ஞானமே சிறந்தது. ப்ரார்த்தனை செய்த பழம் எப்படி அழுகாமல் இருந்தது என்பதை மெய்ஞ்ஞானத்தின் வாயிலாக விளக்கலாம்.

அதற்கு முன் ஒரு முறை இந்த ஆய்வைச் செய்து பார்த்து விடுங்கள். அப்பொழுது தானே ஞானம் மெய்யாக விளங்கும்..?

20. நைவேத்தியம்

*சா*ஸ்திரங்களைக் கற்றுக்கொடுக்கும் ஆசிரமம் அது. சுற்றிலும் மலைகள் நிறைந்திருக்க நடுவே கிண்ணம் போன்றிருந்த சூழலில் ஆசிரமம் அமைந்திருந்தது. ஆசிரமத்தின் வழிபாட்டு அறையில் தினசரி பூஜைகளுக்குத் தயார் செய்து கொண்டிருந்தான் மாதவ்நாத்.

தன் குரு ப்ரணவநாதரின் வழிகாட்டுதலில் பூஜைகளையும் நைவேதனத்தையும் தயார் செய்வது மாதவ்நாத்தின் முக்கியப் பணி. காலைப் பூஜைகள் முடிவடைந்ததும் வேத வேதாந்தக் கல்வியை குருவின் மூலம் கற்றுக்கொள்ளுவதும் அவனது தினசரி வாழ்க்கையாக இருந்தது.

அப்படி ஒரு நாள் காலை வேளையில் தனது பூஜைகளை முடித்துவிட்டு நைவேத்தியம் செய்ய முற்படும் பொழுது அவனுக்கொரு சிந்தனை தோன்றியது. சித்தம் செய்யும் சாகசமே சிந்தனை அல்லவா..? இறைவனுக்கு உணவு படைத்தலை

நாம் நைவேத்தியம் என்கிறோம். இதைக் கடவுளா சாப்பிடுகிறார்..? அவருக்குக் காட்டிவிட்டு நாம் தானே சாப்பிடுகிறோம்..? உண்மையில் கடவுள் உணவை எடுத்து உண்டால் அவருக்கு நாம் அளிக்க முடியுமா..? நாம் கொடுக்கும் உணவை உண்டு வாழ கடவுள் நம்மை நம்பியா இருக்கிறார்..? மனிதன் மட்டுமல்ல.... இந்த உலகில் புழு முதல் புல் வரை, தாவரம் முதல் திமிங்கலம் வரை படைத்த கடவுளுக்குத் தனக்கான உணவை உற்பத்தி செய்யத் தெரியாதா..? நாம் கொடுப்பதைத்தான் வாங்கி உண்ண வேண்டுமா..? இப்படியாக, மாதவநாத் சிந்தனையின் ஆழத்தில் பயணித்தான்.

தினமும் நைவேத்தியம் செய்யும்பொழுது தோன்றாமல் இன்றைக்குப் புதிதாகத் தோன்றுகிறதே என்றெண்ணினான். தான் அறிவால் சிந்திக்கும் ஆற்றல் பெற்றுவிட்டதால் இப்படிப்பட்ட அறிவுப்பூர்வமான சிந்தனைகள் எழுவதாக தன்னைத்தானே தட்டிக் கொடுத்துக் கொண்டான். தனது சிந்தனையைக் குரு ப்ரணவநாதரிடம் கேட்டுத் தெளிவுபடுத்திக் கொள்ள முடிவு செய்தான்.

பூஜைகள் முடிந்து காலை வகுப்புத் துவங்கியது. ப்ரணவ நாதர் தனது இருக்கையில் வந்தமர்ந்தார். ஈசாவாஸ்ய உபநிஷத் வகுப்பு நடைபெற்றுக் கொண்டிருந்தது. கேள்வி நேரம் வரும் பொழுது ப்ரணவநாதர் மாணவர்களிடம், “கேள்விகள் இருந்தால் கேட்கலாம்.” என்றார். அந்தத் தருணத்திற்காகக் காத்திருந்தது போல மாதவநாத் துள்ளியெழுந்தான்.

“குருவே, எனக்கு ஒரு சந்தேகம். இறைவனுக்கு நைவேத்தியம் செய்யும் பொழுது நாம் படைக்கும்

உணவு அப்படியே இருக்கிறது. அதில் ஒரு துளிக்கூடக் குறைவில்லை. அப்படியானால் நாம் படைப்பதை இறைவன் உட்கொள்கிறார் என முடிவு செய்ய முடியவில்லை. நாம் சாப்பிடுவதற்காக இறைவன் பெயரால் செய்கிறோமா..? அல்லது வெறும் சடங்கா..? பிரபஞ்சத்தையே படைத்த இறைவனுக்கு நாம் கொடுத்துத்தான் அவர் உண்ண வேண்டுமா..? இப்படி எனக்கு பல சந்தேகம். அருள் கூர்ந்து தெளிவுபடுத்துங்கள்.''

என்று கேட்டுவிட்டு இப்படியெல்லாம் கேட்க என்னால் தான் முடியும் என்பதை போல முகத்தை வைத்துக்கொண்டான் மாதவநாத்.

ப்ரணவநாதர் புன்சிரிப்புடன் அவனைப் பார்த்தார். ''உனக்கு நான் பதில் சொல்லுகிறேன். அதற்குமுன் இன்று நாம் கற்றுக்கொள்ளும் ஈசா வாஸியத்தின் சாந்தி மந்திரத்தைக் கொஞ்சம் படித்துச் சொல்'' என்றார்.

பூர்ணமித பூர்ணமிதம் என்ற அந்த வரிகளைப் படித்தான் மாதவநாத். ''உனக்கு இந்தப் பாடல் மனப்பாடமாகத் தெரியுமா..?'' என்று கேட்டார் குரு. ''இல்லை ஆனால் நான்கு வரிகள் கொண்ட இந்தப் பாடலை உடனே நான் மனனம் செய்வேன்'' என்றான். ''சரி, மனப்பாடம் செய்து பார்க்காமல் சொல்'' என்றார்.

வாயில் முணுமுணுப்புடன் படித்துவிட்டுச் சில நிமிடங்களில் தயாரானான் மாதவநாத். ''சொல்லட்டுமா குருவே..?'' என அனுமதி கேட்டு, கணீரென வெண்கலக் குரலில் மந்திரத்தைச் சொன்னான் மாதவநாத்.

“மீண்டும் ஒரு முறை சொல்” என்றார் குரு ப்ரணவநாதர். மீண்டும் சொன்னான். கைகளைச் சைகையால் காட்டி, ‘மீண்டும்’ என்றார். சொன்னான் மாதவநாத். மீண்டும் கைகளைக் காட்டினார். ‘தான் சரியாகத் தானே சொல்லுகிறோம், இவர் ஏன் மீண்டும் மீண்டும் சொல்ல சொல்லுகிறார்’ என்று புரியாமல் சந்தேகத்துடன் அழுத்தமாகச் சொன்னான்.

“உனது கையில் இருக்கும் புத்தகத்துடன் என் அருகே வா மாதவநாத்” என அழைத்தார் குரு. தான் ஏதோ உச்சரிப்பில் தவறு செய்துவிட்டோம் என்று நினைத்து குருவிற்கருகே புத்தகத்துடன் சென்றான். குரு புத்தகத்தில் இருக்கும் வரிகளைக் காட்டி, “இதையா மனப்பாடம் செய்து உன் புத்தியில் ஏற்றிக்கொண்டாய்..?” என்று கேட்டார். “ஆமாம் குருவே” என்றான் மாதவநாத்.

புத்தகத்தையும் மாதவநாத்தையும் மாறிமாறிப் பார்த்துவிட்டு குரு ப்ரணவநாத் கேட்டார், “இந்த மந்திரம் உனக்குள் சென்றுவிட்டது என்றால் இந்த புத்தகத்தில் ஏன் இருக்கிறது..? இங்கே மறைந்து உனக்குள் சென்று இருக்க வேண்டும் அல்லவா..? இங்கேயும் அப்படியே இருக்கிறது. நீயும் முழுமையாக உள்வாங்கி இருக்கிறாய்..? இது எப்படி சாத்தியம்..? நீ படிக்க படிக்க அந்த வரிகள் மறைந்திருக்க வேண்டாமா..?”

மாதவநாத்தின் உள்ளே இருந்த புள்ளிகள் இணைந்து புதிய கோலத்தை ஏற்படுத்தியது. குருநாதர் தொடர்ந்தார், “இறையாற்றல் சூட்சுமமான நிலையில் இருக்கிறது. நீ பௌதீகமான பொருட்களைக் கொடுத்தால் இறையாற்றல் சூட்சமமான முறையில் அதில் நிறைகிறது. சூட்சுமமான

பொருட்களைக் கொடுத்தால் அதிலும் சூட்சம ரூபமாகவே நிறைகிறது. உனது ஐம்பொறிகளில் உணர்வது பௌதீகம். உனது மனம், புத்தி போன்ற ஐம்பொறிகளால் உணர முடியாத அதே நேரம் இருக்கிறது என உன் அனுபவத்தால் உணர்வதே சூட்சமம். உனது நைவேத்தியத்தை இறைவன் நீ செய்த மனப்பாடப் பாடல் போல உள்வாங்கிக் கொண்டார். அது அவரிடமும் இருக்கிறது, அந்தப் பாத்திரத்திலும் குறையாமல் இருக்கிறது.''

மாதவநாத் புதுத்தெளிவை அடைந்தான். தெளிவென்பது குருவின் திருவார்த்தை கேட்டல் என்பது அவனுக்குப் புரிந்தது.

நைவேத்தியம் செய்த உணவில் எப்படி இறையாற்றல் நிறைகிறதோ அதுபோலவே சித்தர்களின் சமாதி என்பது இறையாற்றல் நிறைந்த ஒரு பௌதீகப் பொருள். உயிர் நிலையில் நடமாடிய சித்தர், சமாதி அடைந்தவுடன் அங்கே அவரின் தன்மை இல்லை. உயிர் பிரிந்தவுடன் அந்த உடல் இறையாற்றலை வெளிப்படுத்தும் கருவியாக மாறிவிடுகிறது.

அழுக்கான சித்தராகவோ, நவபாஷாணம் செய்த சித்தராகவோ இருந்தாலும் அவர்களின் சமாதி வெளிப்படுத்துவது ஒரே ஆற்றலைத்தான் என்பதைப் புரிந்துகொள்ளுங்கள். இறையாற்றல் அனைத்து இடங்களிலும் நீக்கமற நிறைந்து இருக்கும் பொழுது எதற்கு இந்த சமாதி..?

சித்தர்களின் சமாதி என்பது இறையாற்றலை உள்வாங்கிப் பரப்பும் ஒரு ஆண்டனா போன்றது. இணையத் தொடர்புக்கு தேவையான அலைக் கற்றைகள் எங்கும் இருக்கும் பொழுது அதை வாங்கிப் பயன்பாட்டிற்கு அளிப்பதற்கு ஒரு கருவி

தேவைப்படுகிறது அல்லவா? அது போன்றே சமாதி இடம் செயல்படுகிறது.

சித்தர்களின் சமாதி ஒரே தன்மையைக் கொண்டது எனக் கூறியது அதன் மூலம் கிடைக்கும் பலன் சார்ந்த விளக்கமே ஆகும். இணைய இணைப்பு பல்வேறு வகையாக நீங்கள் வைத்திருக்கலாம். அது 3G அல்லது 4G என்றோ இருக்கலாம். அதில் நீங்கள் பயன்படுத்தும் இணையதளம், அதில் நீங்கள் அடையும் தகவல் என்பது ஒன்று தானே..?

சில சித்தர்களின் சமாதி வீரியத்துடனும், சில சமாதிகள் இயல்பு நிலையிலும் செயல்படும். ஆனால் அதிலிருக்கும் இறையாற்றலின் தன்மை, நம்மை உணர்த்தும் தன்மை காலங்களில் வேறுபடலாம். ஆனால் அவை நம்மை உயர்நிலைக்கு உயர்த்தும் கருவிகள் என்பதில் வேறுபாடு இல்லை.

சதாசிவநாதர் சமாதி, கிரியை என்ற பகுதியில் குறிப்பிட்டது போல 9 முழம் குழி எடுத்து அதில் மஞ்சள் விபூதி ஆகியவை இட்டு நிரப்பி சமாதி செய்தால் தான் அங்கே இறையாற்றல் வெளிப்படும் என சிலர் நினைக்கிறார்கள். அங்கே சரியாகச் சமாதி செய்யவில்லை, அதனால் அங்கே வைப்ரேஷன் இல்லை என விமர்சனம் செய்வதைக் காண முடியும்.

சித்தர்களின் உடலைச் சமாதி செய்யும் பொழுது பல புனிதப் பொருட்களை இட்டுச் சமாதி செய்வதும், அதற்குக் கூரை எழுப்பி பூஜைகள் செய்வதும் சித்தர்களின் உடலில் இறையாற்றலை உண்டாக்குவதற்கு அல்ல. அவர்களின் உடலுக்கு நாம் ஆற்றலை வழங்கிவிட முடியுமா..? இயற்கையாகவே அவர்களின் உடலில் இறையாற்றல் நிரம்பி இருக்கிறது. அவர்கள் தங்களையே நைவேத்தியம்

செய்து விட்டவர்கள். அவர்களின் உடலில் சூட்சமமாக இறைவன் குடிகொண்டுவிட்டான். இந்த சமாதிக் கிரியைகள் அவர்களின் உடலை பல வருடங்களுக்கோ நூற்றாண்டுகளுக்கோ பயன்படுத்துவதற்கு நாம் பாதுகாக்கிறோம்.

கடவுளின் படம் கிடைத்தாலே நாம் அதை ஒரு சட்டத்தில் இட்டுப் பாதுகாக்கிறோம். இங்கே கடவுளிடம் பாடம் கேட்டவர்களே இருக்கும் பொழுது அவர்களின் உடலைப் பாதுகாக்க வேண்டியது நமது கடமை அல்லவா..? அதனால் தான் சமாதி செய்யாமல் விட்ட உடலால் நமக்குப் பாதிப்பு என்கிறார் சதாசிவநாதர். கடமை தவறுதல் பாதிப்புக்கு நம்மை இட்டு செல்லும்.

சித்தர்கள் தமிழ்நாட்டுக்கு மட்டும் உரியவர்கள் அல்ல. தமிழ் நாட்டில் சமாதி செய்ய நமக்குச் சதாசிவநாதரின் வழிமுறை இருக்கிறது ஆனால் உலகில் சித்தர்கள் எங்கும் நிறைந்திருக்கிறார்கள். வடநாட்டில் சமாதிக் கிரியை வேறு முறையில் நடைபெறுகிறது.

சூஃபி சித்தர்கள் அடக்கம் செய்வது, ஜைன சித்தர்கள் அடக்கம் செய்வது ஆகியவை பல்வேறு கலாச்சார அணுகுமுறைக்குள் வருகிறது. சித்தர்களை எல்லாம் ஒரேபோலச் சமாதி செய்ய வேண்டும் எனச் சட்டம் இயற்ற முடியுமா..?

குளிர்ப் பிரதேசத்தில் ஹிமாலயத்தில் ஒரு வகையிலும், வெப்பப் பகுதியான தெற்கில் ஒரு போலவும் சமாதிக்கிரியை செயல்படுகிறது. சதாசிவநாதரின் வழிமுறையைப் பின்பற்றாத நிலையில் பல சமாதிகள் நீண்ட நாட்கள் மனித குலத்துக்குப் பயன்படாமல் அழிந்துவிடுகிறது.

ஆனாலும் சித்தர்கள் தோன்றியும் மறைந்தும் நமக்கு இறையாற்றலைக் குறையாமல் அளிக்கிறார்கள்.

கங்கோத்ரிக்குச் செல்லும் வழியில் உத்திர காசியில் தங்கி இருந்தேன். சமாதிகளைத் தேடிச்சென்று அங்கே தியானம் செய்வது என்பதை ஒரு தவமாகச் செய்துவந்த காலம் அது. உத்தரகாசி பல மகான்களையும் சித்தர்களையும் கொண்ட இடம் என்பதால் கங்கோத்ரிக்குச் செல்லும் வழியில் தேவையான அளவு சமாதிகளில் தியானித்துவிட்டுச் செல்ல வேண்டும் என்ற நிலையில் பயணப்பட்டேன். உத்திரகாசியில் உள்ள வீதியில் இந்த யோசனையுடன் சென்றேன்.

எதிரே ஒரு சாது மரத்தடியில் கால்மேல் கால் போட்டு அமர்ந்திருந்தார். கையில் ஒரு மண்ணில் செய்த குழாய். தனது தாடிக்கு நடுவே மண்குழாயைப் புகுத்தி புகைவிட்டார். அவரின் தாடியின் நிறமா, புகையின் நிறமா என தெரியாது போல வெண்மையாக அவர் முகம் முழுவதும் நிறைந்தது. அவரிடம் சென்று, “இங்கே ஏதேனும் சித்தர்கள் சமாதி இருக்கிறதா அவர்களை அடக்கம் செய்த தலம்?” எனக் கேட்டேன்.

“ஆமாம், இருக்கிறது. இங்கே இருந்து வடக்கே 8 கிலோமீட்டர் சென்றால் ஒரு மலைஏற்றம் சொல்லித்தரும் பள்ளி இருக்கிறது. அதன் அருகே சித்தரின் சமாதி இருக்கிறது” என்றார்.

அவர் இருந்த மரத்திற்கு பின்னால் இருக்கும் தெருவழியே வடக்கே பயணமாகி 8 கிலோமிட்டர் மூச்சுவாங்க மேலே ஏறினேன். அங்கே மலையேற்றப் பள்ளிக்கு அருகே சிறிய சமாதிக் கோவில் இருந்தது. யாரும் உரிமை கோராமல், பூசாரிகள் இல்லாமல் தனித்துவிடப்பட்ட கோவில்.

உள்ளே சென்றதும் ஒரு சிறிய மேடை அங்கே திரிசூலம் மற்றும் தூஂ஺ணி என்ற வடிவமைப்பும் இருந்தது. தூஂ஺ணி சாம்பலின் மேலே ஹிமாலய சாதுக்கள் புகைக்கும் குழாய்கள் சொருகப்பட்டு இருந்தது.

அங்கே மேலே சமாதியான சித்தரின் புகைப்படம் மாட்டப்பட்டு இருந்தது. அதில் எனக்கு உத்திரகாசியில் வழிசொன்ன சாதுவின் முகம் என்னைப் பார்த்துச் சிரித்தது.

21. கும்ப மேளா

வழக்கமான பேய்ப் படங்களில் காட்டப்படும் காட்சி போல உங்களுக்குத் தோன்றலாம். சமாதிக் கோயிலில் இருந்த புகைப்படமும் எனக்கு வழி சொன்ன சாதுவும் ஒருவரே என்று உறுதியாகத் தோன்றியது. அப்படியானால் இது சித்தர்களின் மாபெரும் அதிசயமல்லவா..? இதை யாரிடமாவது பகிர்ந்துகொள்ள வேண்டும். இத்தனை நாள் சமாதிகளில் தியானம் செய்து வழிபட்டதின் பலன் என நான் மனதில் குறித்துக்கொண்டேன். கண்களை மூடித் தியானம் செய்யத் துவங்கினேன். சில நிமிடம் கரைந்திருக்கும். மூக்கில் அந்த நெடி. வழக்கமாக இமய மலைச் சாதுக்கள் புகைக்கும் அந்தக் குழாய் மணம். என்னால் சுவாசிக்க முடியவில்லை. இருமல் வரத்துவங்கி தியானம் கலைந்தது.

கண்களைத் திறந்து பார்த்தால், புகை கோயிலின் வெளியிலிருந்து வருவது தெரிந்தது. எனது பையை எடுத்துக்கொண்டு வெளியே வந்தேன். அங்கே கோயிலின் வெளிப்புறம் இருக்கும் ஒரு சரிவில் அமர்ந்து அந்தச் சாது புகைத்துக் கொண்டிருந்தார்.

அதிர்ச்சியானாலும் காட்டிக்கொள்ளாமல் அவருக்கு அருகே சென்றேன். அது பெரிய புகை மூட்டமாகக் கிளம்பி கோயிலுக்குள் வந்து என்னைத் தியானம் செய்யாமல் பார்த்துக்கொண்டது.

புகைக்கும் குழாயைக் கீழே வைத்துவிட்டு என்னை அருகே அழைத்தார். பயம் மற்றும் அதிர்ச்சியில் இருந்து விலகி சிறிது சகஜ நிலைக்குத் திரும்பியிருந்தேன். அறிவு எனக்குள் வேலை செய்யத் துவங்கி இருந்தது. தைரியமாக அவரிடம் சென்று, "ஓ இது உங்கள் சமாதி தானா..?" என்று கேட்டேன். தலையை ஆட்டி 'ஆம்' என்றார். "வழக்கமாக உடலை விட்ட பிறகு தானே சமாதி செய்வார்கள்? நீங்கள் உங்களுக்காகவே இதைத் தயார் செய்து விட்டீர்களே..? சமாதிக்கு முன்பே நம் சமாதிக்கு ஆட்கள் வருவார்களா, காணிக்கை தருவார்களா என்று பார்க்கும் நோக்கில் நீங்களாகவே கட்டிவிட்டீர்களா..?" என்று பரிகாசம் உள்ளடக்கி அந்தக் கேள்வியைக் கேட்டேன்.

சிரித்தபடியே... "அப்படித்தான்வைத்துக்கொள்ளேன். என் சமாதியைக் காட்டி வசூல் செய்கிறேன். நீ என்ன செய்து கொண்டிருக்கிறாய்..? சமாதி விட்டு சமாதி தாவும் வானரமாக இருக்கிறாய். தபால்தலை, நாணயங்களைச் சேகரிப்பவர்கள் போல சமாதி இடம் மற்றும் அதில் சமாதி அடைந்தவர்களைப் பற்றி நீ தகவல் சேகரிக்கிறாய். தபால்தலை சேகரிப்பவர்கள் எப்படி அதைப் பயன்படுத்தி தபால் அனுப்ப முடியாதோ அதேபோல நீ சேகரித்த சமாதித் தகவலால் யாருக்கும் பிரயோஜனம் இல்லை.

நீ உயிர்ப்புடன் இருக்கும் ஆன்மாவிடம் பக்தி செலுத்தாமல் சமாதிக்கு மரியாதை செலுத்துகிறாய். நீ என்னிடம் சமாதி ஏதேனும் அருகே இருக்கிறதா

எனக் கேட்டதும் உயிர்ப்புடன் இருக்கும் என்னை விடுத்து சமாதியைத் தேடி அலையும் முட்டாள் என்பது புரிந்தது. உனக்காகவே இந்தக் காட்சியை உருவாக்கினேன். நிலைபெற்றிருக்கும் கட்டிடத்தில் தியானம் செய்யாமல் கடவுளின் நடமாடும் கோயிலான என்னிடம் பக்தி செலுத்து” என்று கூறினார்.

சைகையால் ‘வா என்னுடன்’ என்று சொல்லி மலையிலிருந்து கீழே இறங்கத் துவங்கினார். தெளிந்த மன நிலையுடன் ஆணவங்கள் கரைந்த நான் அவரின் பின்னால் நடக்கத் துவங்கினேன். சில அடிகள் சென்றதும் மெல்லத் திரும்பி பார்த்தேன். அங்கே சமாதிக்கோயில் இருந்த இடத்தில் மலைச்சாரலின் புல்வெளி மட்டுமே இருந்தது. கட்டிடம் இருந்ததற்குச் சுவடே இல்லை.

சித்தர்களின் சமாதிக்குச் சென்றாலும் அதை ஓர் ஆன்மீகக் கருவியாகப் பயன்படுத்தும் நுட்பம் நமக்குத் தெரிவதில்லை. அங்கே அமைதியாக உட்கார்ந்து இருப்பதாலோ அல்லது அபிஷேகங்களைச் செய்வதாலோ மட்டும் நாம் சித்தர்களின் மூலம் வெளிப்படும் இறையாற்றலை உணர்ந்துவிட முடியாது. சாதாரண விலங்கு ஒன்று சமாதிக்கு அருகே சென்று சில நிமிடம் இருப்பதற்கும் நமக்கும் வேறுபாடு இல்லை. பாமரன் சொல்வதைப் போல “செக்குக்கும், சிவலிங்கத்திற்கும் இருக்கும் வித்தியாசம் நாய்க்குத் தெரியுமா..?” என்பது முற்றிலும் பொருந்தும். மனித நிலையில் இருக்கும் நாம் சமாதியின் அதிர்வுக்கு ஏற்ப நம்மை உயர்த்திக் கொள்வதால் மட்டுமே சமாதியை உணர முடியும்.

மந்திர ஜபம் இதற்கு முக்கியமானதொரு கருவியாகும். குருவின் வழியில் மந்திரம் பெற்றுச்

சமாதிக்கருகே ஜபம் செய்வதால் நமது அதிர்வுகள் அங்கே இருக்கும் சூட்சம அதிர்வுகளுடன் சமனாகும். சித்த நிலையில் இருந்தவர்கள் இறை ஆற்றலுடன் தங்களைச் சமமாக்கிக் கொண்டதால் அதைச் சமாதி என்கிறோம். அதுபோலவே அங்கேயிருக்கும் அதிர்வலைக்கு நம்மைச் சமமாக்கினால்தானே நம்மால் அந்தச் சக்தியை உணர முடியும்?

பௌதீகமாக அங்கே சமாதி இருக்கிறது. பௌதீகமாக நாம் உடலுடன் இருக்கிறோம். பௌதீக நிலை கடந்து சூட்சம நிலை என்பதற்குச் செல்லும் பொழுதுதான் சமாதிகள் நம்மில் மாற்றத்தைச் செய்யத் துவங்கும்.

இறையாற்றல் குவிக்கபட்டு அங்கே சித்தர்களை உணரும் தருணம் சமாதிக் கோயில்களில் மட்டும்தான் நிகழுமா, வேறு இடங்களில் நிகழாதா என்று கேள்வி எழுவது இயல்பு.

இயற்கையான இடங்களில் சித்தர்களின் அதிர்வுகளை நாம் உணர முடியும். மலைச் சிகரங்கள் மற்றும் குகைகள் ஆகியவை இதற்கு உதாரணம். ஒவ்வொரு இடங்களுக்கும் ஏற்ப அங்கே சித்தர்களின் இருப்பை உணர முடியும். சித்தர்கள் ஊனுடலில் சஞ்சரிக்கும் சமயம் அவர்கள் நிர்விகல்ப சமாதி அடைந்த ஒவ்வொரு இடங்களிலும் அவர்களின் இருப்பை உணர முடியும்.

ஒரு மலையின் உச்சியில் வாழும் காலத்தில் நிர்விகல்ப சமாதியை ஒரு சித்தர் ஒருமுறையோ அல்லது சிலமுறையோ அடைந்திருந்தால் அவ்விடம் அவரின் ஊனுடல் அடக்கம் செய்யபட்ட சமாதிக்கு இணையாக இருக்கும்.

பல நூற்றாண்டுகளுக்கு முன் வாழ்ந்த ஒரு சித்தரின் நிர்விகல்பச் சமாதியை இப்பொழுது உணர முடியுமா என்றால் ‘ஆம்’ என்பதே பதில்.

நிர்விகல்பச் சமாதியில் ஒரு சித்தர் இருக்கும் பொழுது அவர் இறைவனுடன் இரண்டறக் கலந்து நிற்கிறார். அங்கே காலம் என்பது உறைந்துவிடுகிறது. அவரின் இருப்பு மட்டுமே நிலைத்து நிற்கும். அதனால் பலநூறு வருடங்கள் கடந்தாலும் அங்கே சித்தர்களின் நிர்விகல்ப நிலையில் நிலைத்து இருக்கும்.

மருதமலை முருகன் கோயிலில் பாம்பாட்டிச் சித்தர் சமாதி இருக்கிறது. அங்கே பாம்பாட்டிச் சித்தரின் ஊனுடல் சமாதி செய்யப்படவில்லை. ஆனாலும் அங்கே சித்தரின் ஆற்றல் நிலையை ஆன்மீகத்தில் இல்லாதவர்களும் உணர முடியும். முருகன் கோயிலைத் தனது வாழ்வில் உருவாக்கும் நிலையில் பாம்பாட்டிச் சித்தர் பல முறை உயர் சமாதி நிலையில் இருந்திருக்கிறார். அதனால் சித்தரின் ஆற்றலை அங்கே இன்றும் உணர முடியும். இதுபோலவே கோரக்கரின் சமாதி, மச்சநாதர் சமாதி இன்னும் பல சமாதிக் கோயில்கள் தென்னிந்தியாவில் இருக்கிறது.

நதிகள் தோன்றும் ஆரம்பப் புள்ளியில் சித்தர்களின் இருப்பை உணர முடியும். நதிகளின் கரையில் ஆசிரமங்களைக் கொண்ட சித்தர்களின் இருப்பு நதியின் துவக்கத்தில் உணரப்படுவதற்குக் காரணம் இருக்கிறது. தங்களின் உள்நிலையில் ஆன்மாவின் மூலத்தை தேடி அவர்கள்சமாதியை உணரும் பொழுது அத்தகைய செயல் அவர்களின் வெளிநிலையிலும் எதிரொலிக்கிறது.

தலைக்காவேரியில் அகத்தியரின் இருப்பை உணர முடியும். காவேரி அவரின் கமண்டலத்திலிருந்து வெளிப்பட்டது என்ற கதையைத் தாண்டி காவேரியின் மூலத்தில் அகஸ்தியரின் இருப்பு இருக்கிறது என்பதை புரிந்துகொள்ளுங்கள்.

சித்த நிலையில் இருப்பவர்கள் மற்றும் சமாதி சித்த நிலையில் இருந்தவர்கள் என அனைவரையும் ஒரே இடத்தில் சந்திக்க ஒரு வாய்ப்புக் கிடைத்தால் எப்படி இருக்கும்? அனைத்து சித்தர்களையும் ஒரே இடத்தில் கண்டு அவர்களின் இருப்பை உணர்ந்து அவர்களின் மூல சக்தியாக இருக்கும் ஆதிநாதரையும் சேர்த்து உணர வாய்ப்புக் கிடைத்தால் அது மிகப்பெரிய ஆசிர்வாதமாக இருக்கும் அல்லவா..?

இத்தகைய சக்திவாய்ந்த இடம் இந்தியாவின் வடக்கில் இருக்கிறது. இமாலய மலைச்சாரலிலா அல்லது திபத் போன்ற இடங்களிலா என யோசிக்க வேண்டாம். தற்சமயம் ப்ரயாக் ராஜ் என அழைக்கப்படும் திரிவேணி சங்கமம் தான் அந்த இடம்.

கங்கை, யமுனை மற்றும் சரஸ்வதி என்ற மூன்று நதிகளும் ஒன்றிணையும் இந்த இடம் சங்கம் என அழைக்கப்படுகிறது. கங்கையும் யமுனையும் கண்களுக்கு தெரியும் வகையில் கலக்கிறது. சரஸ்வதி நதியைக் கண்களால் காண முடியாது. சூட்சம நிலையில் இருக்கிறது. பத்ரிநாத் என்ற இடத்தில் தோன்றும் சரஸ்வதி நதி அங்கே பூமிக்குள் சென்று மறைந்துவிடுகிறது. மீண்டும் இங்கே கங்கை, யமுனையுடன் கலப்பதற்கு வெளிப்படுகிறது.

பன்னிரு ஆண்டிற்கு ஒருமுறை நடைபெறும் கும்பமேளா என்ற நிகழ்வு அனைத்து சித்தர்களையும் ஒருங்கிணைக்கிறது. கும்பமேளா எனும் நிகழ்வு ப்ரயாக் ராஜ், ஹரித்துவார், நாசிக், உஜ்ஜைனி என்ற இடங்களில் நடைபெறும். மூன்று வருடத்திற்கு ஒருமுறை மேற்சொன்ன இடங்களில் நடைபெற்று பிறகு மீண்டும் அதே இடத்திற்கு நிகழ்வு திரும்ப நடைபெற பன்னிரு வருடங்கள் ஆகும். ப்ரயாக்

ராஜ் என்ற இடத்தில் நடக்கும் கும்பமேளா மஹா கும்பமேளா என்ற அழைக்கப்படுகிறது.

கும்பமேளா என்பது ஆன்மிகத் திருவிழா. இங்கே சித்த நிலையில் உடலுடனும் உடலுக்கு அப்பாலும் இருப்பவர்கள் ஒருங்கிணைகிறார்கள். சித்தர்கள் குழுமும் இத்தகைய சூழலில் அவர்களின் அதிர்வுகளை உணர நாம் அங்கே இருந்தால் சமாதிகளில் நாம் உணர்வதைவிடப் பல்லாயிரம் மடங்கு அதிகமாக உணர முடியும்.

கும்பமேளா நடைபெறும் இடங்கள் அனைத்தும் நதியருகே இருக்கிறது. நதிகளின் வாயிலாக அங்கே ஏதோ நமக்குக் கடத்தப்படுகிறது. ஹரித்துவாரில் கங்கை நதி, நாசிக் நகரில் கோதாவரி நதி, உஜ்ஜையனியில் நர்மதையுடன் இணையும் ஷிப்பாரா நதி என்பவை கும்பமேளாவுக்கு ஆதாரமாக இருக்கிறது.

கும்பமேளா என்றால் நமக்கு நிர்வாண சாமியார்களின் ஊர்வலம், தற்காலிக டென்ட் கொண்ட மைதானங்கள், லட்சக்கணக்கான மக்கள் கூடி அசுத்தமாக்கும் இடங்கள் ஞாபகம் வரும்.

கும்பமேளாவுக்கும் சித்தர்களுக்கும் என்ன சம்பந்தம்..? சித்தர்களுக்கு நதிகளுக்கும் என்ன தொடர்பு..? நதிகள் எப்பொழுதும் அங்கே பிரவாகமாக ஓடும் பொழுது அது என்ன பன்னிரு ஆண்டுளுக்கு ஒரு முறை மட்டும் நடைபெறுகிறது..? தினமும் நடைபெறக்கூடாதா..?

இத்தனை கேள்விகளுக்குமான விடை சித்தாகாசத்தில் இருக்கிறது. முன்பு சொன்ன சித்தத்தின் இருப்பிடமான நமது நெற்றியைத் திறந்தால் விடைகள் நமக்குக் கிடைக்கும்.

22. நட்சத்திரங்களும் நிலவும்

இளவயதில் சக்தியுடன் துள்ளும் உடல், முதுமையில் சுமையாகிவிடுகிறது. உடல் என்பது புலன்கள் என்ற ஐந்து கம்பிகள் கொண்ட இரும்புக் கதவுடன் கட்டமைக்கப்பட்ட ஓர் சிறைச்சாலை. ஆணவம், கர்மம் மற்றும் மாயை என்ற மூன்று சுவர்கள் சூழ்ந்து இருக்கிறது. பிறப்பு என்ற தண்டனையுடன் சிறையில் அடைக்கபட்டு நமக்கு விடுதலை என்பதே இல்லை என்ற நிலையில் ஐந்து புலன்களால் நாம் அடைபட்டு இருக்கிறோம்.

புலன்கள் தாண்டி என்ன நிகழ்கிறது என்பதை உணர்வது சிறைச்சாலையில் இருக்கும் ஒருவர் மதில்களுக்கு அப்பால் என்ன இருக்கிறது என்பது யூகம் செய்வதற்கு சமம். சிறைப்பட்ட கைதிக்கு இருப்பது இரண்டு வாய்ப்புகள். ஒன்று சிறையிலிருந்து விடுதலை பெறுவது. மற்றொன்று சிறையிலேயே ஏக்கத்துடன் காலம் கடத்துவது. மனித நிலையில் இருக்கும் கைதிக்கு இரண்டு வாய்ப்புகள் தான் இருக்கிறது. இதுவே கைதி சித்த நிலையில்

இருந்தால் சிறையில் எல்லைகளை தகர்த்து எல்லையற்ற நிலைக்கு மாற்றம் செய்து சிறையை ஒரு கொண்டாட்ட விடுதியாக மாற்றம் செய்து இருப்பார்.

சித்தரின் உடல் சிறையில் இருந்தாலும் அவர் முற்றிலும் விடுதலையான நிலையில் இருப்பார். உடலை ஆன்மீக உயர்நிலை அடைய உதவும் கருவியாகப் பார்த்து மெய்ஞான நிலைக்கு ஒளிரச் செய்வார்கள். உடலை முன்பு இழுக்கு என நினைத்து இருந்தேன் என சதாசிவநாதர் வாக்கு மூலம் கொடுக்கிறார். உடல் என்பது நமக்கு அளிக்கப்பட்ட வரம். அது இழுக்கோ அல்லது ஆன்மீக வளர்ச்சிக்குத் தடையோ அல்ல. அந்த உடலைப் பயன்படுத்தியே நாம் உயர் மெய் நிலையை அடைய முடியும். இவ்வாறு மனித உடலை மெய்ஞான ரீதியாக ஆழ்ந்து ஆராய்ந்தவர்கள் சித்த புருஷர்கள்.

நமது உடம்பின் கட்டமைப்பு - இந்த பிரபஞ்சத்தின் ஆற்றல் அதிர்வு ஆகியவற்றை சமம் செய்தால் ஏற்படும் ஆன்மீக விளைவுகளை நன்றாக உணர்ந்து மெய்ஞான நிகழ்வு ஒன்றை கட்டமைத்தார்கள். அதன் பெயர் கும்பமேளா.

காந்தத்தின் துருவங்களில் ஈர்ப்பு சக்தி இருக்கிறது. இரண்டு புலன்களின் இடையே காந்த புலன் வரிவரியாக இருக்கிறது. இவற்றைக் கண்ணால் பார்க்கவோ வெறும் கையால் தொட்டு உணரவோ முடியாது. ஆனால் இரும்புத் துகள்களை காந்தத்தை சுற்றி தூவினால் அங்கே காந்த புலம் வெளிப்படும். அது போல மனித உடலில் ப்ராண சக்தி என்பது மின்காந்தம் போன்றது. ப்ராண சக்தியால் நம் உடலில் ஏற்படும் காந்தப் புலன்களை தான் நாம் நாடிகள் என்கிறோம். மனித உடலில் 72000 நாடிகள் இருக்கிறது.

உடலின் செயல்பாடுகள் மற்றும் மன செயல்பாடுகளுக்கு அடிப்படையாக இருப்பவையே இந்த நாடிகள் ஆகும். காந்த துருவங்களுக்கு அருகே எப்படி காந்த புலன்கள் மிக அதிகமாகவும் அடர்த்தியாகவும் இருக்கிறதோ அது போலவே நமது உடலின் நாடிகள் அடர்த்தியாக மையம் கொண்டிருக்கும் இடம் சித்தாகாசம்.

72000 நாடிகள் இரண்டாக வகைப்படுத்தபட்டு இருக்கிறது. மொத்த நாடிகளும் இரண்டாக பிரிவுபட்டு இருக்கிறது. முதல்வகை 36000 நாடிகள் நமது படைப்பு திறன் மற்றும் கற்பனைக்கு உதவுகிறது. இரண்டாம் வகை 36000 நாடிகள் நமது செயல் சார்ந்த விஷயங்களுக்கு உதவுகிறது. ஈடா நாடி , பிங்கள நாடி என்பது இதன் வகைப்பாடாகும். உடலின் மையம் காந்த மையமாக கொண்டால் இந்த இரு நாடிகளும் இரண்டாக வலது இடது பகுதிகளை ஆக்கிரமித்து விரிந்துகிடக்கிறது.

குதிரையின் கடிவளத்தில் இருந்து வரும் இரண்டு கயிறுகள் குதிரை ஓட்டுபவரின் கைகளில் இருப்பதை இதற்கு உதாரணமாகச சொல்லாம். இடது பக்கம் கையிறு சுண்டி இழுக்கப்படும் பொழுது குதிரை இடது புறம் திரும்புகிறது. வலப்பக்கம் சுண்டி இழுக்கப்படும் பொழுது வலப்புறம் திரும்புகிறது. இரண்டு கையிரையும் தளர்வாக வைக்கும் பொழுது முன்னோக்கி குதிரை பாய்கிறது. அதே கையிரை இரண்டு பக்கமும் இழுத்துப்பிடுக்கும் பொழுது நின்றுவிடுகிறது.

நாடிகள் இதற்கு மிகவும் நெருங்கி வேலை செய்கிறது. சதாசிவ நாதர் நாடிகளைப பற்றி திருமந்திரத்தில் விளக்கும் பொழுது இந்த உதாரணத்தை கூறுகிறார்.

இரண்டுபக்கமும் செயல்படும் *72000* நாடிகளும் உடம்பில் ஒரு இடத்தில் மையம் கொள்ளுகிறது. அந்த இடம் நமது சித்த ஆகாசத்தின் திறவு கோல் என சொல்லப்படும் புருவ மையமாகும். இங்கே சரியான முறையில் சுண்டி இழுக்கப்படும் பொழுது உடல் கடந்த ஆன்மீக பயணம் ஏற்படுகிறது.

யோக மரபில் மூன்று நாடிகளுக்கு முக்கியத்துவம் அளிக்கப்படுகிறது. ஈடா நாடி பிங்கள நாடி என்பது *72000* நாடிகள் சமமாக பிரிந்து செயல்படும் தன்மை என்றேன். மூன்றாவதாக இருப்பது சுஷ்மணா என்ற நாடி. இது புதிதாக இருக்கும் நாடி அல்ல. இரண்டு வகையான ஈடா, பிங்கள நாடிகள் இணைந்து செயல்பட்டால் அதற்கு சுஷ்மணா என பெயர். தமிழ் சித்த மரபு நூல்களில் இவை சூரிய நாடி, சந்திர நாடி மற்றும் சுழுமுனை என அழைக்கப்படுகிறது. புருவ மையத்தில் இணைந்து ஓர் புள்ளியில் இருப்பதால் இதற்கு சுழுமுனை என்று பெயர். உண்மையில் சுழுமுனை என்பது இல்லை. ஈடா பிங்களா இரண்டும் சம அளவில் செயல்பட துவங்கினால் அதுவே சுழுமுனை. இரண்டு கயிறும் இழுக்கப்படும் பொழுது குதிரையின் செய்ல்பாட்டை போன்றதே இது.

சித்தாகாசம் என்னும் நமது நெற்றியில் இந்த மூன்று நாடிகளும் இணைகிறது. சுழுமுனை தூண்டும் சமயம் ஆன்மீக உலகில் நாம் பிரவேசிக்கிறோம். உடலில் இத்தகைய இயக்கம் நடைபெறுவது போல, வெளியே நமது உலகில் எங்கு எல்லாம் இரண்டு நதிகள் ஒன்றிணைகிறதோ அங்கே சுழுமுனை தூண்டப்படும்.

நதிகளும் இணையும் கூடுதுறையில் அமைதியாக சில நிமிடம் அமர்வதால் வெளியே ஓடும் நதியின்

அதிர்வையும், நமது சுழுமுனையின் அதிர்வையும் சமன் செய்ய முடியும்.

பாரத தேசத்தை உடலாக கொண்டால் கங்கை, யமுனை மற்றும் சரஸ்வதி நதிகள் இணையும் இடம் ப்ரயாக் ராஜ். அங்கே இயற்கையாகவே ஆற்றல் தூண்டப்படுகிறது. திரிவேணி சங்கமம் என்ற இந்த இடம் சுழுமுனை தூண்டும் கருவியாக இருக்கிறது. சுழுமுனை தூண்டி சித்தாகாசம் ஒளிரச் செய்ய ஏற்ற இடம் இது.

அப்படியானால் எப்பொழுது வேண்டுமானாலும் திரிவேணி சங்கமத்திற்கு சென்று சித்த ஆகாசத்தை நிறைத்துக்கொள்ளலாம் அல்லவா? ஆம் மாற்றுக்கருத்து இல்லை. நமது உடலும், இந்த பாரத தேசமும் நாடிகளால் ஒன்றிணைவது என்பது மட்டும் போதும் என்றால் தினமும் திரிவேணி சங்கமம் செல்லலாம்.

சூரிய மண்டலத்தை ஓர் உடலாகக்கருதினால், சூரியன் ஈடா நாடியாகவும், சந்திரன் பிங்கள நாடியாகவும் இருக்கிறார்கள். குரு என்ற கிரகம் சுழுமுனையாக இருக்கிறது. சூரிய மண்டலத்தின் சூரிய நாடியும், சந்திர நாடியும் இணைந்து குரு என்ற சுழுமுனையுன் செயல்படும் காலம் திரிவேணிக்கு சென்றால் அது மாபெரும் நிகழ்வை நம்முள் ஏற்படுத்தும்.

பன்னிரண்டு வருடத்திற்கு ஒரு முறையே குரு,சூரியன், சந்திரன் ஆகியவை ஒன்றிணையும். அவ்வாறு ஒன்றிணையும் காலத்தில் குரு கும்ப ராசியில் பயணிக்கும். அதனாலேயே இதற்கு கும்ப மேளா என்ற பெயர்.

கும்பமேளா என்பது புவியில் ஓர் அதிசயம். ஒருங்கிணைப்பாளர்கள்இல்லை. பெரும்கோவில்கள்

வானுயர் கட்டுமானங்கள் இல்லை. குறைந்தபட்சம் இரண்டு கோடி மக்கள் வருகிறார்கள். தங்கும் இடம் இல்லை. ஆனால் அனைவரும் சௌகரியமாகத் தங்குகிறார்கள். உண்ண உணவு இல்லை. ஆனால் அனைவரும் பசியாறுகிறார்கள். சைவ வைணவ மத வேறுபாடுகள் இல்லை. மழித்தவனும் நீட்டியவனும் ஒருங்கே அமர்ந்திருக்கிறார்கள். மக்கள் தங்களாகவே வருகிறார்கள், தாங்களாகவே வழிபாடு செய்கிறார்கள். இதெல்லாம் இன்று நேற்றல்ல. பல்லாயிரம் வருடங்களாக நடைபெறுகிறது.

ஆதிநாதரின் அருளால் நடக்கிறது கும்பமேளா. சித்தர்களின் சங்கமம் இது. சித்தர்களின் சமாதி மகிமையைப் பலநூறாயிரம் மடங்கு உணரச் செய்யும் இடம் இந்த கும்பமேளா.

பாற்கடலைக் கடைந்ததும் கிடைத்த அமிர்தம் கும்பமேளா காலத்தில் நதிகளில் வெளிப்படும் என நம்பிக்கை இருக்கிறது. பிரபஞ்ச ஆற்றல் கும்பமேளாவின் ஒவ்வொரு நாளிலும் ஆதிநாதரின் அருள் கருணையால் பரவுகிறது. மிருதம் என்றால் இறப்பு. அமிர்தம் என்றால் இறப்பு அற்ற நிலை. காலங்களைக கடந்து நிற்கும் இறப்பற்ற நிலை ஆதிநாதரின் அருளால் சாத்தியப்படுகிறது.

உடல் நிலையிலும், உடல்கள் இல்லாத ஆற்றல் நிலையிலும் கும்பமேளாவில் சித்தர்கள் இருக்கிறார்கள். அவர்களின் ஆனந்த அலை எங்கும் பரவி இருக்கிறது. பன்னிரண்டு வருடத்திற்கு ஒரு முறை மஹா கும்பமேளா ஆற்றலின் வீரியத்தை உச்சத்திற்கு அள்ளிச்செல்லுகிறது.

நம் உடல் எனும் பிண்டம் , வாழும் நிலம் என்ற கண்டம் மற்றும் இவை அனைத்தும் அடங்கிய

அண்டம் இவை அனைத்தின் சுழுமுணையும் தூண்டப்பட்டு பெரும் இணைப்பு கிடைக்கும் பொழுது அங்கே என்ன நிகழும்?

அதுவரை நம் கண்களில் பார்த்தவைகளும், காதால் கேட்டவைகளும் சிறுமையாகி புதிய பரிமாணங்கள் தெரியத் துவங்குகிறது.

எத்தனையோ கோடி மக்கள் அங்கே செல்லுகிறார்கள். நாத உலகின் சித்தர்கள் அவர்களின் உள்ளே சிலவிஷயங்களை இட்டு நிரப்புகிறார்கள். அதன் வழியே உயிர்களின் சலனமும் பயணமும் நிர்ணயம் செய்யப்படுகிறது.

நதிகள் நாடிகளாகி சங்கமிக்கும் திரிவேணி சங்கமம் போல இமயமலை சாரலில் ஐந்து வகையான ப்ரயாகைகள் உண்டு. இவற்றிற்கு பஞ்சப்ரயாகை என பெயர்.

தேவப்ரயாகை, ருத்ர ப்ரயாகை, விஷ்ணு ப்ரயாகை, கர்ணப்ரயாகை, நந்த ப்ரயாகை என இவை அழைக்கப்படுகிறது. மனித உடலில் சிறைபட்ட சித்தத்தை விரிவாக்கி எல்லை இல்லாத ஆனந்த நிலை அடைவதற்கு ப்ரயாகைகள் சிறந்த வாய்ப்புகளை அளிக்கிறது.

மரத்துக்கு அடியில் இருக்கும் சித்தர் பேரானந்த நிலையில் இருக்கும் பொழுது அவரை கண்ட ஆன்மீக நாட்டம் கொண்டவர் இவரின் நிலை எனக்கு கிடைக்காதோ ஆண்டவா என ஏக்கம் கொண்டார். அதே சித்தரை கண்ட ஒரு குடிகாரர், நமக்கு கிடைக்காத ராஜ போதை கொண்ட சாராயம் இவருக்கும் மட்டும் எங்கே கிடைத்தது என நினைத்துக்கொண்டார். இதை போலத்தான் சுழுமுனை தூண்டப்பட்டு

பிரபஞ்சத்தின் சுழுமுனையுடன் இணைந்தவர்கள் காணும்கும்பமேளாஎன்பதுபேரானந்தம்கொண்டது. வெறும் வேடிக்கை பார்க்க வருபவர்களுக்கோ அது நிர்வாண சாமியார்களின் கூட்டமும், எங்கும் குப்பை சூழ்ந்த இடமாகவும் காட்சி அளிக்கிறது.

தத்தாத்ரேயர் பரசுராமருக்குக காட்சி அளித்ததை போல பார்ப்பவருக்கு ஏற்ப பார்க்கப்படும் பொருள் காட்சி அளிக்கிறது.

உலகின் பல இடங்களில் இருந்து பல கோடி மனிதர்கள் வந்து செல்லும் இடம். ஆயிரக்கணக்கில் சாமியார்கள் உலாவருகிறார்கள். இங்கே எப்படி சித்தர்களை காண்பது? திருப்பதியில் மொட்டை அடித்தவரை கண்டுபிடிப்பதை போல அல்லவா ஆகிவிடும்?

கோடிக் கணக்கில் நட்சத்திரங்கள் இருந்தாலும் சந்திரனைப் பிரித்தறிவது கஷ்டமா? நாதர்களைக் கண்டறிவது சுலபம். வெகு சுலபம்.

23. அடையாளம் காணுதல்

கும்பமேளா நடக்கும் இடத்தில் துறவிகள் மற்றும் மடாதிபதிகள் எனப் பலர் கூடுவார்கள். சித்தர்கள் பெரும்பாலும் துறவிகளாக இருப்பதில்லை. ஆதிசங்கரர் காலத்திற்குப் பிறகே நமது கலாச்சாரத்தில் துறவு என்பது ஓங்கியது. நாதப் பாரம்பரியம் என்பது ஆதிசங்கரர் காலத்திற்கும் முன்பிருந்தே இருப்பது.

ஆதிசங்கரரின் வாழ்க்கை வரலாற்றில்கூட ஒரு சுவாரசியமான சம்பவம் உண்டு. ஆதிசங்கரர் பாரதம் முழுவதும் சென்று தனது ஆன்மீக ஆற்றலாலும் தர்க்கவாதம் செய்யும் முறையாலும் பல அறிஞர்களை வெற்றிகொண்டார். அவர்களைத் தனது பாதையில் இணைத்துக் கொண்டார். அவ்வாறு அவர் கும்பமேளாவிற்கு விஜயம் செய்து அங்கே பல ஆயிரம் குழுக்களுக்குத் தலைமை ஏற்றிருந்த மண்டன மிஸ்ரர் என்பவரை வாதம் செய்ய அழைத்தார்.

தந்த்ரீகம் மற்றும் யோக சாஸ்திரத்தில் கரைகண்டவர் மிஸ்ரர். அவர் தனது மனைவி சாரதாவுடன் ப்ரயாகையில் வசித்துவந்தார்.

மண்டன மிஸ்ரைவிட உயர் அறிவு பெற்றவர் யாரும் இல்லை என்பதால் ஆதிசங்கரருடன் வாதம் செய்யும் பொழுது வெற்றியைக் கணிக்க நடுவர்களாக யாரும் அமரத் தயாராக இல்லை. ஆதிசங்கரர் வெற்றி பெற்றால் மண்டன மிஸ்ரர் ஆதிசங்கரரின் வழியைப் பின்பற்றி துறவியாகிவிட வேண்டும். ஆதிசங்கரர் தோல்வி அடைந்தால் அவர் திருமணம் செய்து குடும்பஸ்தராக வேண்டும் என்பதை போல நிர்ணயம் செய்யப்பட்டது.

மண்டன மிஸ்ரரின் மனைவி சாரதா தேவி வீட்டின் முன் இருந்த யாக குண்டம் (தூஃணி) உள்ளே கைவிட்டு இரண்டு புதுமலர் மாலைகளை எடுத்தார். ஒன்றை ஆதிசங்கர் அணிந்து கொள்ள வேண்டும். மற்றொன்றை மண்டன மிஸ்ரர் அணிய வேண்டும் என்பது போட்டியின் விதியாக அமைத்தார்கள். யார் மாலை வாடுகிறதோ அவர்கள் போட்டில் தோல்வி அடைந்ததாக அர்த்தம்.

வாதம் பல நாட்கள் நீடித்தது. முடிவில் மண்டன மிஸ்ரர் கழுத்தில் அணிந்திருந்த மாலை வாடி வதங்கத் துவங்கியது. ஆதிசங்கரர் வெற்றி பெற்றார் என அனைவரும் கூறினார்கள். அப்பொழுது மண்டன மிஸ்ரரின் மனைவி சாரதா தேவி, ‘‘நான் அவரில் பாதி. எனவே நீங்கள் பாதி அளவே வெற்றி அடைந்திருக்கிறீர்கள். என்னையும் வெல்லுக’’ என கூறினார். ஆதிசங்கரர் துறவி என்பதால் பெண்களை நேரடியாகப் பார்த்து அமர்ந்து வாதம் செய்ய மாட்டார் எனக்கூறி இருவருக்கும் இடையே திரை இடப்பட்டது.

மீண்டும் வாதம் துவங்கியது. சாரதாதேவியின் தர்க்க ஞானத்தில் ஆதிசங்கரர் கட்டுண்டார். உலகில் சிறந்த

தர்க்க ஞானியான தன்னைவிட மிக அற்புதமாகத் தர்க்கம் செய்யும் இந்தப் பெண் யார் என திரையை விலக்கிப் பார்த்தார். அங்கே சரஸ்வதி தேவி அமர்ந்து இருந்தார். “அன்னையே” என வணங்கினார் ஆதிசங்கரர். பிரம்மாவும் சரஸ்வதியும் மண்டன மிஸ்ரர் மற்றும் சாரதாதேவியாக அவதரித்தாகக் கதை செல்லுகிறது.

உண்மையில் மண்டன மிஸ்ரரும் சாரதா தேவியும் ப்ரயாகையில் குலமார்கம் என்ற நாதப் பாரம்பரிய வாழ்வியல் முறையில் இருந்தார்கள். ஆதிசங்கரரின் வரலாற்றைக் கூறும் பொழுது அவரை நாயகனாகப் பாவித்து கூறினாலும் உண்மையில் அவர் சாரதா தேவியிடம் தோல்வி அடைந்தார் என்பதே சரி.

இந்த வரலாற்றில் நாம் தெரிந்துகொள்ள வேண்டியது யார் வெற்றி பெற்றார் என்பது அல்ல. ஆதிசங்கரரின் காலத்தில் சாரதா என்ற ஒரு பெண் பெரும் ஞானிகளை எதிர்த்துத் தர்க்கம் செய்யும் அளவு ஆற்றல் பெற்றிருந்தாள். நாதர்கள் அடிப்படை வாழ்க்கை முறை துறவுப் பாதை அல்ல என்பதையும் இதன் மூலம் அறியலாம்.

ஆதிசங்கரரின் வருகைக்குப் பிறகே கும்பமேளாவில் மடாதிபதிகளும் துறவிகளும் வருகை தரத் துவங்கினார்கள். அதற்கு முன்பு கும்பமேளா என்பது நாதர்களின் கூடும் திருவிழாவாக இருந்தது. அப்படிப்பட்ட சூழலில் நாதர்களைக் கண்டறிவது சுலபம். ஆனால் தற்காலத்தில் அனைத்து ஆன்மீகப் பாதையினரும் கூடும் இடமாக இருப்பதால் கண்டறிவது என்பது அத்தனை சுலபம் அல்ல.

கும்பமேளாவில் நாதர்களைக் கண்டறிவது என்பது புற அடையாளங்களை வைத்துக் கண்டறிவது என்றும்

அக அடையாளங்களைக் கொண்டு கண்டறிவது என்றும் இரண்டாகப் பிரித்துக் கொள்ளலாம்.

ஒரு அலுவலகத்திற்குச் சென்றால் அங்கே மேஜை மேல் இருக்கும் பொருளை வைத்து அவர்கள் செய்யும் பணியை ஓரளவு யூகம் செய்ய முடியும் அல்லவா..? அதுபோலக் கும்பமேளாவில் நாதர்கள் வசிக்கும் இடத்தில் சில அடையாளங்கள் இருக்கும்.

நாதப் பாரம்பரியத்தில் உள்ள சித்தர்கள் தங்களிடம் ஐந்து பொருட்களை வைத்திருப்பார்கள்.

1. காது வளையம் அல்லது கடுக்கண்.
2. தூஂஃணி-யாக மேடை
3. சிம்டா என்ற இடுக்கி
4. சங்கு
5. ஆயுதம் (திரிசூலம் அல்லது வாள்)

பஞ்சபூதத்தின் அடையாளமாக அவர்கள் இவற்றைக் குறியீடாக வைத்திருக்கிறார்கள். ஆகாயத்தைக் குறிக்கும் காது வளையம், அக்னியைக் குறிக்கும் தூஂஃணி, பூமியைக் குறிக்கும் சிம்டா, வாயுவைக் குறிக்கும் சங்கு, நீர்த் தன்மையைக் குறிக்கும் ஆயுதம்.

நாதர்களின் அடையாளம் என்பது அவர்கள் காதுகளில் இருக்கும் அணிகலன். காதில் பெரும் வளையமோ சிறு கடுக்கணோ அணிந்திருப்பார்கள். இதனாலேயே சிலர் இவர்களை கனாபட்டா யோகி என அழைப்பார்கள். காது கிழிந்த யோகியர் கூட்டம் என்பது இதன் பொருள். பெரும்பாலும் இது வசைச் சொல்லாகவே அழைக்கப்படுகிறது. ‘மேற்சொன்ன அடையாளம் எல்லாம் ஏதோ வடநாட்டுச் சித்தர்களுக்கு மட்டும் இருப்பது போல இருக்கிறதே? அகஸ்தியரும், காக புஜண்டரும்

இப்படியா இருந்தார்கள்? இப்படி காதணி அணிந்த சித்தர்களை நான் தமிழகத்தில் கண்டதில்லையே' எனத் தோன்றலாம்.

இப்பொழுது இப்படி கேட்பீர்கள் என்பதாலேயே பல நூற்றாண்டுக்கு முன் காதணி அணிந்து வந்த சித்தர் ஒருவர் இப்படி பாடிவிட்டு சென்றார்.

சத்தாகிச் சித்தாகித் தாபர சங்கமாய்
வித்தாகும் வத்துவடி குதம்பாய்
வித்தாகும் வத்துவடி.

காதின் மையத்தில் துளையிட்டு அணியும் அணிகலனுக்கு குதம்பை என பெயர். தனது பாடல் மூலம் பல ஞானக் கேள்விகளை எழுப்பியவரின் சுயபெயர் தெரியாததால் அவரை குதம்பைச் சித்தர் என்றே அழைக்கிறோம்.

அனைத்துச் சித்தர்களும் நீண்ட காதுகளில் குதம்பை அணிந்து இருந்தார்கள். நாம் சித்திரங்களில் சித்தர்களை அடையாளப்படுத்தத் தவறிவிட்டோம்.

ஆதியும் அந்தமும் ஆன ஒருவனே
சோதியாய் நின்றானடி குதம்பாய்
சோதியாய் நின்றானடி.

என குதம்பைச் சித்தர் என்பவர் ஆதிநாதரைப் பாடுகிறார். நாதர்களின் காதணி என்பது அடையாளம் மட்டுமல்ல, ஆகாயத்தின் குறியீடு என அறிந்து கொள்வோம். அனைத்துச் சித்தர்களும் மேற்சொன்ன ஐவகை அடையாளங்களுடன் இருந்தார்கள்.

நாதர்கள் தூஃணி என்ற அக்னியை வைத்திருப்ப வர்கள். பெரும் மரத்துண்டோ அல்லது யாக குண்டம் போன்ற ஒரு அமைப்பை ஏற்படுத்தி

அதில் தொடர்ந்து புகை வரும் வண்ணம் அமைத்திருப்பார்கள். ஆதிநாதர் முதல் அவர்களின் குருவாக விளங்கும் நாதர்கள் வரை அதன் மூலம் தொடர்புகொள்ளுவார்கள்.

முற்காலத்தில் இவ்வாறு புகை ஏற்படுத்துவதன் மூலம் தூரத்தில் பயணிக்கும் குழுவுக்கு சமிக்ஞை அளித்து எங்களுடன் இணையுங்கள் என அழைப்பு விடுப்பார்கள்.

கடும் தவம் மேற்கொள்ளும் நாதர்கள் அவர்களைச் சுற்றி ஐந்து குவியல் விறகு வைத்து அதன் நடுவே அமர்ந்து இருப்பார்கள். இதற்கு பஞ்ச அக்னி என்று பெயர். துறவிகள் அணிகலன் அணிவதற்கோ அல்லது அக்னியைத் தூண்டுவதற்கோ நமது கலாச்சாரம் அனுமதிப்பது இல்லை. துறவிகள் அக்னியை வளர்க்க கூடாது. இதன் மூலம் நாதர்கள் துறவிகள் அல்ல என்பது உங்களுக்கு புரிந்து இருக்கும்.

மேற்சொன்ன ஐவகைப் புற அடையாளங்களை கொண்டு அவர்களின் இருப்பிடத்தைக் கும்பமேளாவில் அறியலாம். பிற இடங்களிலும் நாதர்கள் அப்படித்தான் இருப்பார்கள். ஊருக்கு ஒன்றோ இரண்டோ நாதர்கள் அப்படி இருப்பார்கள். ஆனால் கும்பமேளாவில் ஆயிரக்கணக்கில் காணலாம். ஒவ்வொரு கூடாரத்திலும் பல நாதர்களை காண முடியும்.

புற அடையாளங்களைக் கண்டோம்; இனி அக அடையாளங்களைப் பற்றிப் பேசுவோம். நாதர்களின் அக அடையாளம் என்றால் அவர்களுக்கு உள்ளே எப்படி இருக்கும் என்பதை நாம் எவ்வாறு தெரிந்து கொள்வது? அப்படித் தெரிந்துகொள்ள முடிந்தால்

நாமும் சித்தராக மாறிவிட மாட்டோமா? இங்கே அக அடையாளம் எனக் கூறுவது நம்முள்ளே நடப்பவை பற்றியது.

கும்பமேளாவிற்குச் செல்லுகிறீர்கள், அங்கே நாதர்களை இங்கே சொன்ன அடையாளத்துடன் பார்க்கிறீர்கள் என வைத்துக்கொள்வோம். அவர்கள் போலியாகப் புறஅடையாளம் தரித்தும் அமர்ந்து இருக்கலாம் அல்லவா?

ஆதிநாதர் போலிகளையும் அனுமதிக்கிறார். முழுமையான தேடல் கொண்டவர்களுக்கு சரியானவர்களை அமைத்துக் கொடுக்கிறார். அதேபோலத் தேடல் இல்லாமல் சுற்றுலா வருபவர்களுக்குப் போலிகளைக் கண்டு அவர்கள் மனம் மகிழும்படி செய்கிறார்.

ஆன்மத் தேடலில் உள்ள நாம் ஒரு சித்தரை எதிர்கொண்டால் நமக்குள் என்ன நிகழும்?

முதலில் காலம் உறைந்துவிடும். நாம் செய்த சாதனைகள் என்ன என்பது மறந்து நாளை என்ன செய்யப்போகிறோம் என்பதும் மறந்து நான் என்ற ஒருமையுடன் நிற்போம். ஒரு சித்தரைக் கண்டால் இதையெல்லாம் கேட்கலாம் என்று ஒரு பெரிய பட்டியல் வைத்திருப்போம் அல்லவா? அது திடீரென அழிந்து வெறுமை மட்டுமே நிற்கும். ஏதோ ஒன்று நமக்குள் கவ்விப்பிடிக்கும். அருகே பல நூறு பேர் இருந்தாலும் சித்தரைத் தவிர வேறு எதுவும் நமக்குள் பதியாது. சித்தர் மட்டுமே தனியாக அங்கே இருப்பது போல நம் கண்களுக்குத் தெரியும்.

இன்னும் பல உணர்வுகள் நம் அகத்தில் ஏற்படுவதைச் சொல்ல முடியும். இவை எல்லாம் இயற்கையாக ஒரு

காதலன் காதலி சந்திக்கும் பொழுது நடப்பது தான். ஆனால் முன்பின் தெரியாத ஒரு ஆன்மீகவாதியிடம் எப்படி இத்தகைய ஆழமான உணர்வு ஏற்படும் என்பதே கேள்வி.

சூரியன் அஸ்தமிக்கும் நேர பஸ் பயணத்தில் ஒவ்வொரு ஜன்னலின் வழியிலும் சூரியன் தெரிவதைப் போல எத்தனையோ நாதர்கள் இருந்தாலும் அவர்களின் மூலம் வெளிப்படுவது ஆதிநாதர் தான். ஒரு சித்தரைக் காணும் பொழுது நமக்குள் ஏற்படும் ஓர் உணர்வு என்பது ஆதிநாதரின் மேல் நமக்கு ஏற்படும் உணர்வே அன்றி அந்த மனித வடிவின் மேல் அல்ல என்பதைப் புரிந்துகொள்ளுங்கள்.

நாதர்களின் இருப்பு என்பது கும்பமேளாவிலும் மலைக் குகைகளிலும் மட்டும் காணப்படுவதில்லை. உலகின் பல இடங்களில் அவர்களின் அடையாளங்களைப் பதித்து இருக்கிறார்கள். நாதர்கள் உலகின் எந்த பகுதியில் இருந்தாலும் அங்கே அவர்கள் ஒருவாழ்வியல் முறையை உருவாக்கி மனிதர்களை அடுத்த நிலைக்கு உயர்த்தும் வாழிடத்தையும் உருவாக்கி விடுகிறார்கள்.

உலகின் கிழக்கே கம்போடியாவின் அங்கோர்வார்ட் பகுதிகளை இதற்கு உதாரணமாகச் சொல்ல முடியும்.

24. அருளோடு கலத்தல்

சித்தர்களின் பணியை மீண்டும் நினைவுகூர்கிறேன். மனித இனம் என்று ஆணவத்தில் உறைந்து நிற்கிறதோ அப்பொழுது அவர்கள் உருவாகி ஆணவத்தை வேரறுத்து மனித இனத்தை அடுத்த பரிமாணத்திற்கு எடுத்துச் செல்லுகிறார்கள்.

சித்தர்களின் இத்தகைய பணிக்கு அவர்கள் எதையும் செய்யத் தயங்குவதில்லை. நோக்கம் மட்டுமே அவர்களுக்குப் பிரதானம். மனித குழு தங்கள் மதம் சிறந்தது என தூக்கிப்பிடித்து உறைந்து கிடக்கும் பொழுது சித்தர்கள் அதைவிடச் சிறந்த ஒரு மதம் உருவாக்கி அவர்களின் ஆணவத்தை அடக்குகிறார்கள். புறக்கருவிகளையும் வாழ்க்கை முறையையும் இவ்வாறு சித்தர்கள் அவர்களின் நோக்கம் நிறைவுபெற உருவாக்கிவிட்டு நோக்கம் நிறைவு பெற்றதும் அந்தக் கருவிகளை பயன்பாடு இல்லாமல் விட்டுவிடுவார்கள்.

சித்தர்கள் உருவாக்கிய கருவிகள் மதமாக இருந்தாலும் பெரும் கோயிலாக இருந்தாலும்

அவர்களின் பயன்பாட்டுக்குப் பிறகு அவர்களுக்கு அது வெறும் பொருள்தான். கட்டிடத்திற்கு மண் எடுத்து கட்டிடம் கட்டிய பிறகு மண்வெட்டி பயன்படுவதில்லை என்பதைப் போல மனிதர்களை அடுத்த பரிமாணத்திற்கு அவர்கள் உயர்த்திய பிறகு சித்தர்களின் கருவி அவர்களுக்கு தேவைப்படுவதில்லை.

பாரத தேசம் முழுவதும் இப்படி அவர்கள் உருவாக்கிய கோயில்கள், மதங்கள் ஏராளம். இவற்றைக் கண்டறிவது சுலபம். எங்கெல்லாம் மூல தெய்வங்கள் நாதர் என பெயருடன் விளங்குகிறதோ அது எல்லாம் அவர்கள் உருவாக்கிய கோவில்கள். நாதர்களின் அடையாளமாக தமிழகத்தில் புன்னைவனநாதர், ரங்கநாதர், இராமநாதர் இப்படி சொல்லிக் கொண்டே போகலாம். ஜோதிர்லிங்கங்கள் அனைத்தும் நாதர்களின் கோயில்களே ஆகும். லிங்க வழிபாடு என்பது சைவ சமயத்தில் பிற்காலத்தில் இணைக்கப்பட்டது.

பூர்ணரூபமானசிவபெருமானைரிஷபவாகனராகவும் நடராஜ மூர்த்தியாகவும் வழிபடும் தன்மை சைவர்களின் மதமாக இருந்தது. லிங்க வழிபாடு என்பது சைவ மதத்தில் பிரதானமாக இல்லை. லிங்கம் என்பதே தந்திரீக வழிபாட்டின் கூறு என்பது வெளிப்படையான உண்மை. பெரும்பாலும் லிங்கம் என்பது ஆண் பிறப்பு உறுப்பைக் குறிக்கும் என தெளிவற்றவர்கள் கூறுவதைக் கேட்கலாம்.

உண்மையில் லிங்கம் என்பது ஓம் என்ற ப்ரணவ ரூபத்தின் வடிவமாகும். லிங்கத்தின் பீடம் ஓம் என்ற முழு வடிவம் கொண்டது. ஓம் என்ற நாதம் மூன்றாகப் பிரிவு பெற்று படைத்தல், காத்தல், அழித்தல் ஆகிய

தொழில்களை அ+உ+ம என செயல்படுகிறது அல்லவா? லிங்கத்தின் மேல் இருக்கும் ஆவுடையார் உ என்ற ஒலியையும், லிங்க பாணத்துடன் இணையும் கண்டம் ம என்ற ஒலியையும், லிங்கத் திருமேனி என்பது அ என்ற ஒலியையும் குறித்து அனைத்தும் இணைந்து முழுமையான ஓம் என்ற ஒலியாக விளங்குகிறது. போகிற போக்கில் நான் இதைச் சொல்லவில்லை. சதாசிவநாதர் திருமந்திரத்தில் இப்படிக் கூறுகிறார்.

இலிங்கநற் பீடம் இசையும்ஓங் காரம்
இலிங்கநற் கண்டம் நிறையும் மகாரம்
இலிங்கத்து உள் வட்டம் நிறையும் உகாரம்
இலிங்கம் அகாரம் நிறைவிந்து நாதமே.

நிறைவிந்து நாதம் என்பது ஆதிநாதரின் வடிவமான ப்ரணவ ரூபத்தை இங்கே குறிக்கிறது. நாதர்களின் வழிபாட்டு முறையில் பெரும்பாலும் லிங்க ரூபம் வெளிப்படுவது அதனால்தான். நாதர்கள் சமாதிகொண்ட இடங்களில் தனித்துவமான லிங்கங்கள் இருப்பதும் அவர்கள் லிங்கத்தை ஓம்கார ரூபமாக பார்க்கிறார்கள் என்பதற்குச் சான்று.

லிங்கம் என்ற கருவியைக் கொண்டு அனைவரையும் அவர்கள் ப்ரணவ ரூபநிலைக்கு மாற்றம் செய்து ஆதிநாதருடன் லயம் செய்கிறார்கள். இப்பணி நிறைவடைந்ததும் அவர்களுக்கு லிங்கம் தேவையில்லை. பிற்காலத்தில் அந்த லிங்கத்தையோ அல்லது கோயிலையோ பிற மனித இனம் அல்லது மதம் எடுத்துக்கொண்டு வழிபடுவார்கள். நாதர்கள் அதற்கு உரிமை கொண்டாட மாட்டார்கள். நாதப் பாரம்பரியத்தில் வரும் வேறொரு சித்தர் இது எங்கள் சொத்து என கேட்க மாட்டார்கள். சித்தர்களுக்கு

இதுபோல கோடிக்கணக்கான கருவிகளை உருவாக்கும் ஆற்றல் உண்டு. ஒரு வழிபாட்டுத் தலம் மட்டும் வைத்து மன்றாடும் மதவாதிகள் அல்ல சித்தர்கள். ஆன்மாவை ஆன்மீக நிலைக்கு மடைமாற்றும் ரசவாதிகள் என்பதால் அவர்களின் கண் சிமிட்டலுக்கு ஆயிரம் கருவிகள் உயிர்பெறும்.

சித்தர்களின் இத்தகைய செயல்பாடுகளுக்கு உதாரணமாகப் பல சான்றுகள் இந்த உலகில் உள்ளன. கம்போடியா நாட்டில் உள்ள சிறிய ஊர் சியம் ரிப். இங்கே இருக்கும் அங்கோர்வாட் கோயில் இவர்களின் செயல்பாடுக்கு சான்றாக இன்றும் இருக்கிறது.

உலகின் பெரிய கோயில் என அழைக்கப்படும் அங்கோர்வாட் கோயில் ஓர் தனி தெய்வத்திற்காக உருவாக்கப்பட்டது அல்ல. பிரம்மா விஷ்ணு சிவன் என மூன்று கடவுள் நிலைகளையும் தனித்தனி உருவாக்கி ஒரே கோவிலில் இணைத்து பிரணவ நாதத்தின் வடிவமாக அமைத்திருக்கிறார்கள்.

கோட்டைகளில் இருப்பதைப் போல கோயிலை சுற்றிப் பெரும் அகழி போன்ற வடிவமைப்பு இருக்கிறது. இந்த அகழியில் இருக்கும் நீர் கோயிலில் இருந்து 55 கி.மீ தூரத்தில் உள்ள மலைப் பகுதியில் உருவாகும் ஆற்றில் இருந்து வருகிறது. கடினமான மலைப்பகுதியில் இருந்து இந்த ஆற்றை மனித முயற்சியால் இடம் மாற்றி கோயிலை நோக்கிக் கொண்டு வந்திருக்கிறார்கள்.

மலையில் தோன்றும் இந்த ஆறு அப்படி என்ன விசேஷ சக்தி கொண்டது- ஐம்பத்து ஐந்து கிலோமீட்டரில் இடமாற்றிக் கொண்டு வருவதற்கு?

என யோசித்தால் அங்கே சித்தர்களின் செயல்பாடு புரிகிறது.

கபால் ஸ்பியன் என அழைக்கப்படும் இந்த மலைப்பகுதியில் உருவாகும் ஆற்று நீர் ஆயிரக்கணக்கான லிங்கங்கள் மேல் பட்டு ஆற்றலாகி ஓடிவருகிறது. சியம்ரிப் நகரம் முழுவதும் இந்த ஆறு பெரும் சக்தியை பாய்ச்சுகிறது. சித்தர்கள் ஆற்றங்கரையில் வாழ்க்கை முறையை வைத்துக்கொண்டாலும் அவர்களின் உச்ச நிலை ஆறு தோன்றும் இடத்தில் இருக்கும் என்று முன்பு விவரித்தேன். அதுபோல சியம்ரிப் என்பது ஆறுகள் நிறைந்த நகரமாக இருந்தாலும் கபால் ஸ்பியன் நதியின் மூலமாக இருக்கிறது. அங்கே ஆயிரக்கணக்கான லிங்கம் மட்டுமல்ல... சயனம் கொண்ட பெருமாள் மற்றும் பிரம்மா ஆகிய ரூபங்களையும் காணலாம். விநாயகர் முதல் பல கடவுள் உருவங்களை அவர்கள் ஆற்றில் இருக்கும் பாறைகளை கொண்டே செதுக்கி இருக்கிறார்கள். நதியின் மூலத்தில் சித்தர்கள் உயர்நிலைச் சமாதியில் தங்களின் ஆற்றலை நிலைப்படுத்தியிருப்பார்கள் என்றேன் அல்லவா? இங்கும் நூற்றுக்கணக்கான நாதர்களின் ஆற்றலை உணர முடியும்.

மலையின் மேல் இத்தகைய ஆற்றலை நிலைநிறுத்தி கீழே சிறிய நகரத்தில் நூற்றுக்கணக்கான கோயில்கள், அவற்றில் பிரணவ நாத ரூபத்தைக் கருவியாக உருவாகினார்கள்.

கம்போடியாவின் ஒரு பகுதி மக்களை உயர்நிலைக்கு உருவாக்க அவர்கள் ஏற்படுத்திய கருவி தான் அங்கோர்வாட் கோயில் என்பதைப் புரிந்து கொள்ளுங்கள். கமர் என்ற இனம் சித்தர்களால்

உயர்த்தபட்டு அவர்கள் அடுத்த பரிமாணத்திற்குச் சென்றுவிட்டார்கள். சித்தர்களின் வழிகாட்டுதலால் மனித குலத்தின் பிரம்மாண்டத்தை உருவாக்கிய அந்த இனம் மனிதப் பரிமாணத்தில் இருந்து முற்றிலும் அழிந்து விட்டது. அதன்பின் வந்தவர்கள் பல நூற்றாண்டுகளாக ஒரு சிறிய கல்லைக்கூட எடுத்து வைத்து கட்டிடம் கட்ட முடியவில்லை. இப்பொழுது இருப்பவர்கள் அப்பொழுது இருந்தவர்கள் இல்லை என்பதைப் புரிந்துகொள்ள இதுவே சான்று.

உலகின் அனைத்துப் பகுதியிலிருந்தும் வரும் சுற்றுலா பயணிகளில் 90 சதவீதம் இந்த கபால் ஸ்பைனைக் காணமாட்டார்கள். வெறும் கற்கோயிலைக் காண்பவர்களுக்கு மனிதர்கள் அடிமைப்படுத்தபட்டு கட்டாயப்படுத்தி கோயில் உருவாக்கி இருக்கிறார்கள் என தோன்றும். பிரமிடு போன்ற பெரும் கட்டிடங்களை பல டன் எடை கொண்ட கற்களை வைத்து அடிமைகளைக் கொண்டு எழுப்பிவிட முடியும். ஆனால் அங்கோர்வாட் கோயில்களின் சிற்பங்களையும் அதன் கலை நுணுக்கத்தையும் பார்க்கும் பொழுது அங்கே பணி செய்தவர்கள் ஏதோ ஓர் உயர் சக்தியால் கட்டுண்டு செயல்பட்டு இருக்கிறார்கள் என்பதைப் புரிந்துகொள்ள முடியும்.

சித்தர்களின் பணி கம்போடியாவில் முடிவடைந்ததும் அனைத்தையும் அப்படியே விட்டு விலகினார்கள். எதற்கும் உரிமை கொண்டாடவில்லை. அதன் பிறகு பல்வேறு இனம் மற்றும் புத்த மதம் அந்த இடங்களை எடுத்துத் தங்களின் வழிபாட்டு இடமாக வைத்திருக்கிறார்கள். சித்தர்கள் நோக்கம் முடிவடைந்தது அதன்பின் அந்தக் கருவிகள் அவர்களுக்கு தேவை இல்லை.

துருக்கியில் உள்ள பல வழிபாட்டு இடங்கள், பாரதத்தின் மையத்தில் உள்ள கஜுராஹோ கோயில்கள் என இதைப்போலப் பல சான்றுகள் அளிக்க முடியும். குல தந்திராவின் சான்றாக இருக்கும் கஜுராஹோ தற்சமயம் வெறும் காமச் சிலைகள் இருக்கும் கோயிலாகப் பார்க்கப்படுகிறது.

சித்தர்கள் தாங்கள் உருவாக்கிய இடங்கள் மட்டுமல்ல... தங்களின் அடையாளம் மற்றும் தத்துவங்களைக்கூட விட்டு விலகுகிறார்கள். அவர்களின் நோக்கம் முடிந்தபின் அவர்களே அவர்களுக்கு தேவை இல்லை. இத்தகைய பற்று இல்லாத உயர்நிலையில் இருப்பவர்கள் தான் நாதர்கள்.

மஹாராஷ்ராவில் சாய் நாத் என்ற நாதப் பாரம்பரியத்தை சேர்ந்த சித்தர் பல மனிதர்களின் வாழ்க்கையை அடுத்த உயர்நிலைக்கு உயர்த்தினார். இந்து, இஸ்லாமிய மதங்களில் இருக்கும் அனைவரையும் மதம் கடந்து வழிநடத்தினார். சீரடி சாய்பாபா என அனைவராலும் அழைக்கப்படுபவர்தான் சாய் நாதர். இன்று அவருக்கு ஆயிரக்கணக்கில் கோவில் உருவாகி இருக்கிறது. அவரின் வழிபாட்டு தலத்தில் தூஃணி வைக்கப்படுகிறது. தன்னை ஒரு பக்கீராக அறிவித்துக்கொண்டவருக்கு பளிங்கு மாளிகை உருவாக்கப்படுகிறது. ஆனால் சாய் நாதர் அதில் இருந்து விலகியே இருக்கிறார். தனது பணிக்கு பிறகு தனது அடையாளம் மாற்றம் அடைவதில் அவருக்கு எதுவும் இல்லை.

சித்த நிலையில் உள்ள நாதர்கள் உங்களை அடுத்தப் பரிமாணத்திற்கு இட்டுச் செல்ல முடிவு செய்தால்

எதையும் நிகழ்த்துவார்கள் என்பதையும், நோக்கம் முடிந்தால் அவர்கள் விட்டு விலகுவார்கள் என்பதையும் புரிந்துகொண்டிருப்பீர்கள் என நினைக்கிறேன்.

நான் உங்களுடன் உரையாடிய இவையனைத்தும்கூட நாதர்களின் கருவியாக இருக்கலாம். அவர்கள் என்னைக் கருவியாக்கி உங்களுடன் பேசியிருக்கலாம் என்பதே எனது எண்ணம். பயன் முடிந்ததும் என்னை அவர்கள் விட்டுவிடலாம். ஆனால் அவர்களின் நோக்கம் நிறைவேறி இருக்கும்.

கேரம் விளையாட்டில் ஒரு காயைக் குழியில் விழச்செய்ய வேறு ஒரு காய் கொண்டு தட்டிவிடுவதைப் போல நாதர்களின் சித்தம் செயல் படுகிறது. காய் விழுந்தபின் அதற்குப் பயன்பட்ட காய் அவர்களுக்கு இரண்டாம்பட்சம் தான்.

சித்தர்களின் பரிமாண உலகில் ஆதிநாதர் என்ற பிரம்மாண்டத்தில் நீக்கமற நிறைந்து மூழ்க நம்மை அவர்கள் எப்பொழுதும் பின் தொடர்கிறார்கள் என்பதை மறந்துவிடாதீர்கள். நாம் செய்ய வேண்டியதெல்லாம் நாதர்கள் கைநீட்டும் பொழுது அவர்களின் உள்ளங்கையில் பட்டாம்பூச்சி போன்று அமர்வது தான்.

இதை நீங்கள் படிக்கும் தருணத்தில் உங்களை அறியாமல் உங்களின் நிலையை உயர்த்த ஓர் சித்தர் திட்டமிட்டுக்கொண்டு இருக்கிறார். இன்று இல்லாவிடில் என்றோ ஒரு நாள் நிச்சயம் நீங்கள் ஆதிநாதரின் அருளில் கலப்பீர்கள்.

***

www.ingramcontent.com/pod-product-compliance
Ingram Content Group UK Ltd.
Pitfield, Milton Keynes, MK11 3LW, UK
UKHW042132021026
15589UKWH00003B/781

9 789395 511391